ഡോ.മസാറു ഇമോട്ടോ

ജാപ്പാനിൽ ജനിച്ചു. യോക്കഹാമാ മുൻസിപ്പൽ സർവ്വകലാ ശാലയിൽനിന്നും ഓപൺ ഇന്റർനാഷണൽ സർവ്വകലാ ശാലയിൽ നിന്നുമായി സമാന്തര ചികിത്സയിൽ ബിരുദമെടുത്തു. ഒന്നും രണ്ടും ഭാഗങ്ങളിലായി പ്രസിദ്ധീകരിച്ച 'ജലത്തിന്റെ സന്ദേശങ്ങൾ' എന്ന പുസ്തകത്തിലാണ് അദ്ദേഹത്തിന്റെ ചിത്രങ്ങൾ ആദ്യമായി പ്രസിദ്ധീകരിക്കപ്പെട്ടത്. 'വെള്ളത്തിലെ ഗുപ്ത സന്ദേശങ്ങൾ' എന്ന പുസ്തകം ആദ്യം പ്രസിദ്ധീകൃതമായത് ജാപ്പാനീസ് ഭാഷയിലാണ്. പത്ത് ലക്ഷത്തിലധികം കോപ്പികൾ പലഭാഷകളിലായി ഇതിനകം വിൽക്കപ്പെട്ടു. ഭാരതീയ ഭാഷകളിൽ ആദ്യത്തേതാണ് മലയാളഭാഷ.

മംഗലത്ത് മുരളി

തൃശ്ശൂർ ജില്ലയിലെ വലപ്പാട് 1960 ജൂലായിൽ ജനനം. പിതാവ്: അറയ്ക്കൽ ഇളയടത്താട്ടിൽ ചന്ദ്രശേഖരൻ നായർ. മാതാവ്: മംഗലത്ത് സുശീല. വലപ്പാട് ഗവൺമെന്റ് ഹൈസ്കൂൾ, നാട്ടിക ശ്രീനാരായണ കോളേജ്, മദിരാശി സർവകലാശാലാ മലയാളവിഭാഗം എന്നിവിടങ്ങളിൽ വിദ്യാഭ്യാസം. മലയാളത്തിൽ ബിരുദാനന്തര ബിരുദം. 1988 മുതൽ ദുബായ് ന്യൂ ഇന്ത്യൻ മോഡൽ സ്കൂളിൽ മലയാളം അധ്യാപകൻ.

ഭാര്യ : ബിന്ദു. മക്കൾ: ശ്രീരാഗ്, നന്ദിത.

വിലാസം: എം.എസ് മുരളീധരൻ, പി.ബി 3100, ദുബായ്, യു.എ.ഇ.

Malayalam Language
Jalathinuparayanullathu
Original Title
The Hidden Messages in Water
Authour
Masaru Emoto
Published by
Beyond Words Publishing, Inc.
20827 N.W.Cornell Road, Suite 500
Hillsboro, Oregon 97124 - 9808

♦

Malayalam Translation
Murali Mangalath

♦

Published in January 2008
4th Impression October 2017
by Kairali Books Private Limited
Thalikkavu Road, Kannur.
Ph : 0497 2761200
E-Mail : kairalibooksknr@gmail.com

♦

Cover Design
Mahesh M.

♦

Price ₹:200.00
16/12-13 Sl.No.450-100-NS 15.4
ISBN 978-93-86822-28-4

മസാറു ഇമോട്ടോ

ജലത്തിനു പറയാനുള്ളത്

പരിഭാഷ
മംഗലത്ത് മുരളി

കൈരളി ബുക്സ്

ഉള്ളടക്കം

ജീവിതത്തിന്റെ ജലപുസ്തകം

മംഗലത്ത് മുരളി

ജീവിതം വെള്ളം പോലെ ശൂന്യതയുടെ അഴുക്കുചാലിൽ പാഴാക്കിക്കൊണ്ടിരുന്ന സന്ദർഭത്തിലാണ് ജലരഹസ്യങ്ങളുടെ നിധിപേടകം എന്നെ തേടിയെത്തുന്നത്. അലസപീഠത്തിൽ ഞെളിഞ്ഞിരിക്കാനായിരുന്നു എന്നും താൽപര്യം. ഇഹലോകത്തെ അലസതകൾ വീർപ്പുമുട്ടിക്കുമ്പോൾ അക്ഷരത്തിന്റെ പരലോകത്തുനിന്ന് അക്ഷയതകളുടെ പ്രവാഹങ്ങൾ എന്നിലേക്ക് കുതറിതെറിക്കുമെന്ന് ചെറുപ്പം തൊട്ടേ കണ്ണടച്ചു വിശ്വസിച്ചു.

ചത്തുജീവിക്കുന്ന ഭൂതകാലത്തിൽനിന്നു വർത്തമാനകാലത്തുടിപ്പിലേക്ക് എന്നെ തള്ളിവിട്ടത് ജലത്തിന്റെ ഇതിഹാസത്തെ മലയാളത്തിനു പരിചയപ്പെടുത്താനുള്ള നിയോഗമായിരുന്നു.

ദുബായിൽ സാഹിത്യസൗഹൃദത്തിന്റെ പാലം പണിയുന്നതിൽ ദല വഹിക്കുന്ന പങ്ക് അനിഷേധ്യമാണ്. ദലയുടെ വേദികളിലൂടെയാണ് ഇ.എം. ഹാഷിമിനെ ഞാൻ പരിചയപ്പെടുന്നത്. ഇരുപത് വർഷങ്ങൾക്ക് മുമ്പ് ഞങ്ങൾ പരിചയപ്പെട്ടെങ്കിലും അടുത്തകാലത്താണ് അതിന് ശക്തി പ്രാപിച്ചത്. അപ്പോഴേയ്ക്കും ആത്മീയതയുടെ നിഗൂഢലോകങ്ങളിലേക്ക് ഹാഷിം പ്രയാണം ആരംഭിച്ചിരുന്നു.

ഈ പ്രയാണത്തിനിടയ്ക്കാണ് മസാറു ഇമോട്ടോവിന്റെ 'ഹിഡൻ മെസേജസ് ഇൻ വാട്ടർ' ഹാഷിം കണ്ടെത്തുന്നതും മാതൃഭൂമി ആഴ്ചപ്പതിപ്പിൽ 'വെള്ളത്തിന്റെ ഗുപ്ത സന്ദേശങ്ങൾ 'എന്ന പേരിൽ നീണ്ട ലേഖനമെഴുതുന്നതും. ആ ലേഖനം പകർന്ന അസ്വസ്ഥത ഒരു എസ്.എം.എസായി ഹാഷിമിനയച്ചു. അതു മലയാളത്തിൽ വരണമെന്ന് ആഗ്രഹമുണ്ടായിരുന്ന ഹാഷിമിനോട് ഞാൻ ചെയ്തോളാം എന്നു കേറിയങ്ങേറ്റു.

ഹാഷിം പുസ്തകം എത്തിച്ചുതന്നു. മടിയുടെ തടവിൽ നാളുകൾ നീങ്ങിക്കൊണ്ടിരുന്നു. തുടങ്ങാനാവാതെ വിങ്ങിക്കൊണ്ടിരിക്കുമ്പോഴാ

ണ് ഒരധ്യാപകന്റെ അവകാശമായ വേനലവധി പൊട്ടി വീണത്. ഭാര്യയെയും മക്കളെയും നാട്ടിൽ പറഞ്ഞയച്ച് ഞാൻ മുറിയിൽത്തന്നെ ചടഞ്ഞിരുന്നു. ഇടയ്ക്കുള്ള സ്പെഷ്യൽ ക്ലാസുകൾ തടസ്സപ്പെടുത്തിയിരുന്നെങ്കിലും ഒന്നരമാസം ജലസന്ദേശപുസ്തകത്തിൽ പൊരുന്നയിരുന്നു. ശരിക്കും തപസ്സ്. രാവും പകലും ഒരുപോലെ. ഉറക്കത്തെ പതിപ്പത്തു മിനുട്ടിന്റെ ആതിഥ്യംകൊണ്ട് തൃപ്തിപ്പെടുത്തി. ആദ്യം വെറും മലയാളീകരണം. പിന്നെ നല്ല മലയാളത്തിലേയ്ക്കുള്ള പരിഷ്ക്കരണം. വിവർത്തനകൃതിയുടെ ജഡിലസ്വഭാവം മുഴുവൻ വെട്ടിനിരത്തി ശുദ്ധമലയാള കൃതിയുടെ ഭാവം പകരുമ്പോഴാണ് ഞാനേറെ വിഷമിച്ചത്.

രണ്ടാംവട്ട എഴുത്തിന്റെ മിനുക്ക് നടക്കുന്നതിനിടയിലാണ് ഭാര്യതിരിച്ചു വന്നത്. ലീവു കഴിഞ്ഞുവന്ന ഭാര്യ ബിന്ദു പെന്റിംഗ് വർക്കുകളുടെ പെൻഡു ലത്തിൽ ആടിക്കൊണ്ടിരിക്കുന്നതിനിടയിൽ അവളെ കൈയെഴുത്ത് പ്രതികാണിച്ച് നിരന്തരം ഞാൻ ശല്യപ്പെടുത്തി. വായനക്കാരുടെ ഇഷ്ടങ്ങൾ ബിന്ദുവിലൂടെ തിരിച്ചറിയുകയായിരുന്നു ഉദ്ദേശ്യം.

മക്കളെ തിരിച്ചുകൊണ്ടുവരാൻ ഒരാഴ്ചയുള്ളപ്പോൾ എഴുതിതീരാത്ത കൈയെഴുത്ത്പ്രതിയുമായി ഞാൻ നാട്ടിലെത്തി. ഒരു വർഷത്തെ പ്രവാസി ജീവിതത്തിന്റെ മാലിന്യങ്ങൾ കഴുകിക്കളയുന്ന നാട്ടുഗന്ധം പരിപൂർണമായി തൃജിച്ച് ഞാൻ പുസ്തകം പൂർത്തിയാക്കി.

ഒരു വേനലവധിയുടെ സമ്മാനമായി ജലസന്ദേശപുസ്തകം കൈരളി ബുക്സിലെത്തിച്ചു.

വെള്ളത്തിന്റെ ഗുപ്തസന്ദേശങ്ങൾ എന്നാണ് ആദ്യം ഉദ്ദേശിച്ചിരുന്ന പേര്. കണ്ണൂരിലിരുന്ന് ഹാഷിമും, പഴുവിലിരുന്ന് ഞാനും ഫോണിലുടെ പുതിയ പേരിന് ചർച്ച നടത്തി. 'ജലത്തിന് പറയാനുള്ളത്' എന്ന പേര് ഹാഷിമാണ് നിർദ്ദേശിച്ചത്.

ഈ വിവർത്തനയജ്ഞത്തിൽ എന്നെ സഹായിച്ച രണ്ടുമൂന്ന് പേരുകൾ എനിക്ക് സ്മരിക്കാതെ വയ്യ. ഇരിങ്ങാലക്കുടക്കാരൻ മദൻമോഹൻ, പത്തനം തിട്ട മയിലപ്രയിലെ സുരേഷ്, കണ്ണൂരുള്ള ഇസ്മയിൽക്ക എന്നിവരാണ് അവർ.

ജലത്തിന് പറയാനുള്ളത് നിങ്ങളോടാണ്. അതു കേട്ടുകഴിഞ്ഞാൽ വെള്ളം മാത്രമല്ല ജീവിതവും നിങ്ങൾ പാഴാക്കില്ല.

ഒരു തുള്ളി പലതുള്ളികൾ

ഇ.എം.ഹാഷിം

ദോഹയിലുള്ള സുഹൃത്ത് ശംസുദീനാണ് വെള്ളത്തിലെ ഗുപ്ത സന്ദേശങ്ങൾ എന്ന പുസ്തകത്തെപ്പറ്റി ആദ്യമായി പറയുന്നത്. പുസ്തകം വായിച്ചുകഴിഞ്ഞപ്പോൾ അദ്ദേഹത്തെ നന്ദി അറിയിച്ചു. ജീവിതത്തിൽ ഉടനീളം നമ്മോടൊപ്പമുള്ള ഒന്നിനെക്കുറിച്ച് കൂടുതലായി മനസ്സിലാക്കാൻ കഴിഞ്ഞതിലെ സന്തോഷവും, പലപ്പോഴും അതിന്റെ അതി പ്രാധാന്യം ഓർക്കാത്തതിലെ സങ്കടവും പുസ്തകം വായിച്ച് തീർന്നപ്പോൾ അനുഭവമായി. ജലപരലുകളിലൂടെ ഡോ:മസാറു ഇമോട്ടോ നടത്തിയ പരീക്ഷണങ്ങൾ വരുംതലമുറക്ക് എത്രമാത്രം പ്രയോജനകരമായിരിക്കുമെന്ന് നമുക്കു ഊഹിക്കാവുന്നതേയുള്ളൂ. വെള്ളത്തെക്കുറിച്ചുള്ള നൂതനമായ കണ്ടെത്തലുകൾ നൽകിയ സന്തോഷം മലയാളി വായനക്കാരുമായി പങ്കിടണമെന്നു തോന്നിയപ്പോൾ അതെക്കുറിച്ച് ഒരു ലേഖനമെഴുതി. മാതൃഭൂമി ആഴ്ചപ്പതിപ്പ് അത് പ്രസിദ്ധീകരിച്ചു. ലേഖനം വായിച്ച് സന്തോഷം അറിയിച്ചവരിൽ സുഹൃത്ത് മംഗലത്ത് മുരളിയും ഉണ്ടായിരുന്നു. അദ്ദേഹമാണ് പുസ്തകം മലയാളത്തിലേക്ക് പരിഭാഷപ്പെടുത്താനുള്ള എന്റെ ആഗ്രഹം നിറവേറ്റാമെന്ന് ഏറ്റത്.

ഒന്നരമാസം കൊണ്ട് കവികൂടിയായ മംഗലത്ത് മുരളി സ്വതന്ത്ര തർജ്ജുമ മനോഹരമായി നിർവഹിച്ചു. അദ്ദേഹത്തിന് നന്ദി. പ്രസിദ്ധീകരണ ചുമതല ഏറ്റെടുത്ത കൈരളി ബുക്സിനും.

ജീവിതത്തിൽ ശ്വാസം പോലെത്തന്നെയാണ് വെള്ളവും. അതി പ്രധാനമായത്. വെള്ളത്തെക്കുറിച്ചുള്ള അറിവ് സ്വരൂപത്തെക്കുറിച്ചുള്ള അറിവാണ്. ദൈവത്തെക്കുറിച്ചുള്ള അറിവും.

നദീതട സംസ്കാരത്തെക്കുറിച്ച് നമുക്കു നന്നായി അറിയാം. വെള്ളത്തിന്റെ മഹനീയതയെക്കുറിച്ചും പ്രാധാന്യത്തെക്കുറിച്ചും നമുക്കു ബോധവുമുണ്ട്. ശുക്ലത്തിലെ ബീജത്തിൽ നിന്ന് തുടക്കം കുറിച്ച് ഒമ്പ

തു മാസങ്ങൾ അമ്മയുടെ ഗർഭപാത്രത്തിലെ വെള്ളത്തിൽ ജീവിച്ച് അവ സാനം ഒരിറക്കു വെള്ളം കുടിച്ച് മരിക്കുന്നതാണ് മനുഷ്യജീവിതം. അതിന്നിടയിൽ വെള്ളവുമായി നമ്മുടെ ജീവിതം എത്രമാത്രം കടപ്പെട്ടിരിക്കുന്നു എന്ന് ഓർക്കുമ്പോൾ അദ്ഭുതമാണ് തോന്നുക. നാവ് ചലിക്കണമെങ്കിൽ വായയിൽ ഉമിനീരുവേണം. ആഹാരം പാകം ചെയ്യാൻ, ദേഹം വൃത്തിയായി സൂക്ഷിക്കാൻ, പക്ഷി-മൃഗ-ലതാദികൾ ജീവിക്കാൻ, ഭൂമി നനയാൻ വെള്ളം. നീർച്ചാലുകൾക്കടുത്തിരിക്കുമ്പോൾ ആനന്ദവും കടൽ അതിക്രമിച്ച് കയറി ഒരു പ്രദേശത്തെ നശിപ്പിക്കുമ്പോൾ ഭയവും ദു:ഖവും. മുലപ്പാലില്ലാത്ത അമ്മമാരുടെ ദു:ഖവും വിണ്ടുകീറിയ വയലുകളുടെ വിങ്ങലുകളും. കരിഞ്ഞുണങ്ങുന്ന വൃക്ഷങ്ങളുടെ പരിതാപ നിലയും. ശരീരത്തിലെ വെള്ളം നൽകുന്ന സുരക്ഷിതത്വവും വരളുമ്പോൾ സംഭവിക്കുന്ന അരക്ഷിതത്വവും. കാലുകൾകഴുകിക്കയറുക, കൈകഴുകി ഭക്ഷിക്കുക, മുഖം കഴുകി ദിവസം തുടങ്ങുക. നാരങ്ങ നീരിൽ വ്രതം അവസാനിപ്പിക്കുക. എവിടെയും വെള്ളം മുഖ്യമാണ്.

സിങ്കപ്പൂരിന്, മലേഷ്യവെള്ളം നൽകിയില്ലെങ്കിൽ ആ പ്രസിദ്ധ നഗരം വരളും. കേരളവും തമിഴ്നാടും വെള്ളത്തിന്റെ കാര്യത്തിൽപ്പിണക്കം. രണ്ടു സംസ്ഥാനങ്ങളും ഇന്ത്യയിലാണ്, എന്നിട്ടും. മഴപെയ്യുമ്പോൾ ഭൂമി ഉണരുന്നു. പുതുമണ്ണിന്റെ ഗന്ധം മഴയുടെ ആദ്യതുള്ളികളാൽ പുറ ത്തേക്കു വരുന്നു. കുരുവി കൊത്തിക്കുടിക്കുന്നു. ആന തുമ്പിക്കൈയിലൂടെ. ഒട്ടകം കരുതിവെക്കുന്നു. വെള്ളം - വെള്ളം - വെള്ളം അതിനു പകരമായി മറ്റൊന്നില്ല.

പ്രപഞ്ചത്തിലെ എല്ലാത്തിനെയും വെള്ളം ശുദ്ധീകരിക്കുന്നു എന്നും അവയവങ്ങളില്ലാത്തതിനാൽ ആത്മാവിനെ മാത്രം അതിന് നനക്കാനാവുന്നില്ല എന്നും ഗീതയിൽപറയുന്നു. 'ആപോനാരാ ഇതി പ്രോക്താ ആപോവൈ നരസ്കൂനവ:' എന്നു മനുസ്മൃതിയിലും. നാരം എന്നാൽ വെള്ളം. നരൻ നാരയിൽ നിന്നും ഉദ്ഭവിച്ചത്. നരൻ വെള്ളം തന്നെ. നാരം എന്നാൽ അമൃത് എന്നും അർത്ഥമുണ്ട്. വെള്ളത്തിൽ തുടങ്ങി വെള്ളത്തിൽ അവസാനിക്കുന്ന മനുഷ്യജീവിതത്തെ ദാർശനികമായി പ്രതിപാദിക്കുന്ന എത്രയും ശ്ലോകങ്ങളുണ്ട്, ഭാരതീയ ഗ്രന്ഥങ്ങളിൽ. 'ആ പോവാ ഇദങ്ങ് സർവം' എന്ന വേദവാക്യത്തിലൂടെ വെള്ളം സർവവുമാണെന്ന് മനസ്സിലാക്കിത്തരികയും ചെയ്യുന്നു. ഗംഗയിലെ സ്നാനം ഭക്തന് പരിപാവനമാണ്. ജലം തീർത്ഥവുമാണ്.

താവോസിദ്ധാന്തത്തിൽ വെള്ളത്തെക്കുറിച്ച് അനേകം പ്രസ്താവങ്ങളുണ്ട്. ഒഴുക്കിനെക്കുറിച്ച് താവോ പലയിടങ്ങളിലായി പ്രസ്താവി

ക്കുന്നുമുണ്ട്. താവോയിലേക്കുള്ള വഴി വെള്ളം പോലെ മൃദുലമാണ്. എന്നാലത് അതികഠിനമായ അവസ്ഥകളിലൂടെയാണ് കടന്നുപോവുന്നത്. മൃദുലമായതിനാണ് ഖരപദാർത്ഥങ്ങളിലൂടെ നന്നായി ഒഴുകാൻ കഴിയുക എന്ന സിദ്ധാന്തമാണ് താവോവിൽ ഉള്ളത്. 'ശ്രേഷ്ഠമായ താവോ എവിടെയും ഒഴുകുന്നു. ഇടത് വലത് വ്യത്യാസമില്ലാതെ.' എന്ന് ചുയാങ്ങ്സോ പറയുന്നു.

'വെള്ളം ഏറ്റവും ഉയർന്ന അവസ്ഥയിലാണുള്ളത്. എന്നാൽ അതിന്റെ ഒഴുക്ക് ഏററവും താഴെയും. ഇതുതന്നെയാണ് താവോ അവസ്ഥയും' (താവോതെ ചെങ്ങ്)

സെൻ മാസ്റ്റർമാരും വെള്ളത്തെക്കുറിച്ച് പലയിടങ്ങളിലായി പ്രസതാവിച്ചിട്ടുണ്ട്. ഒരാൾ ഒരൊഴുക്കിൽ കാല് വെച്ച് ഉയർത്തുമ്പോഴേക്കും ആ ഒഴുക്ക് അയാൾക്ക് നഷ്ടമാവുന്നു എന്നും പ്രവാഹം ഒഴുകിക്കൊണ്ടേയിരിക്കുന്നതിനാൽ അതിന് 'സ്ഥിരാവസ്ഥ'യില്ലെന്നും സെൻ ഗുരുക്കൻമാർ ഇടയ്ക്കിടെ പറയുന്നു. മിസ്റ്റിക് അവസ്ഥയെ ഉദാഹരിക്കാൻ ഇവർ വെള്ളത്തെ ഉപയോഗിക്കുന്നത് സാധാരണവും.

ബൈബിളിൽ വെള്ളത്തെക്കുറിച്ച് കുറേ സ്ഥലങ്ങളിൽ പ്രസ്താവങ്ങളുണ്ട്. ജലം രക്തമായി മാറും എന്നും ജലപ്രളയത്തിന്റെ അന്ത്യത്തെക്കുറിച്ചും നോഹയുടെ പെട്ടകം ഒരുക്കപ്പെട്ടപ്പോൾ ദൈവം വെള്ളമിറക്കിയ തിനെപ്പറ്റിയും ഉൽപത്തിയിലുണ്ട്. വെള്ളം ഇല്ലാതായപ്പോൾ കുപിതരായ ജനം മോശയോട് എതിർത്തു സംസാരിച്ചു. 'വെള്ളമില്ലാത്ത ഒരിടത്ത് നീ എന്തിനാണ് ഞങ്ങളെ കൊണ്ടുവന്നത്? ഞങ്ങളും ഞങ്ങളുടെ കന്നു കാലികളും ഇവിടെ മരിക്കണോ?'

മോശ ദു:ഖിതനാവുകയും സാഷ്ടാംഗം കർത്താവിൽ വീഴുകയും ചെയ്തു. മോശയുടെ പ്രാർത്ഥനയാൽ പാറയിൽനിന്ന് വെള്ളം പൊട്ടി ഒലിച്ചു. അത് മനുഷ്യരും കന്നുകാലികളും കുടിക്കുകയും ചെയ്തു. അതാണ് മെരീബായിലെ വിശുദ്ധജലം.

ഖുർആനിൽ മഴയെക്കുറിച്ചും വെള്ളത്തെക്കുറിച്ചും ധാരാളം സൂക്ത ങ്ങളുണ്ട്. നിർജ്ജീവമായി കിടന്ന ഭൂമിയെ ദൈവം സജീവമാക്കിയത് വെള്ളം ചൊരിഞ്ഞ് കൊണ്ടാണ് എന്നും ആകാശഭൂമികളുടെ സൃഷ്ടിക്കു ശേഷം ദൈവം വെള്ളമാണിറക്കിയത് എന്നും വെള്ളത്തിൽ നിന്നാണ് ദൈവം എല്ലാ വസ്തുക്കളെയും മനുഷ്യനെയും സൃഷ്ടിച്ചത് എന്നും ഖുർ ആൻ പറയുന്നു.

ഒരു ജീവിക്കും വെള്ളം മാറ്റി നിർത്തി ജീവിതമില്ല എന്നതിനാൽ ഒരു തത്വസംഹിതയ്ക്കും വെള്ളത്തെക്കുറിച്ച് പ്രതിപാദിക്കാതെ നില

നില്ക്കാനുമാവില്ല. എല്ലാ മതാചാരങ്ങളിലും വെള്ളം അത്യാവശ്യവും. ആ ഒരറിവിന്റെ വെളിച്ചത്തിൽ ഈ പുസ്തകം വായിച്ചപ്പോൾ താല്പ ര്യം കൂടുകയും ചെയ്തു. എല്ലാവരിലും ഉറങ്ങിക്കിടക്കുന്നബോധത്തി ന്റെ നനവിലേക്ക് ഉറ്റിവീഴുന്നതും ജലമാണ് എന്നു തോന്നി.

ശരീരത്തിൽ 70% ഉള്ള വെള്ളം നമ്മുടെ ബോധത്തെ സ്വാധീനി ക്കാ തിരിക്കില്ല, തീർച്ച; ഉത്തരം കിട്ടാത്ത നിരവധി ചോദ്യങ്ങൾക്ക് വെ ള്ളത്തി ന്മേൽ ഡോ:മസാറു ഇമോട്ടോ നടത്തിയ പരീക്ഷണങ്ങളിലൂടെ ഉത്തരം കണ്ടെത്താനാവുമെന്ന് നമുക്കു പ്രത്യാശിക്കാം. ലോകമാകെ സങ്കടങ്ങളും പരിവേദനങ്ങളും അമർഷങ്ങളും ഉയർന്ന് വിങ്ങി നില്ക്കു ന്ന സമകാലികാവസ്ഥയിൽ എല്ലാവർക്കും അത്യന്താവശ്യമായ വെള്ള ത്തിലൂടെയുള്ള മസാറുവിന്റെ ബോധനം ശ്ലാഘനീയമാണ്. സ്നേഹ ത്തിലൂടെയും നന്ദി യിലൂടെയും മനുഷ്യനു ലഭ്യമാകുന്ന ആനന്ദാവസ്ഥ വെള്ളത്തിലെ പരലുകളിലൂടെ പുറത്ത് കൊണ്ടുവന്ന ഇമോട്ടോ ഇപ്പോ ഴും കർമ്മനിരതനാണ്. അദ്ദേഹത്തിന്റെ പ്രത്യാശ ശ്രദ്ധേയവുമാണ്.

'ഹ്രസ്വജീവിതം ജീവിച്ച് തീർത്ത് അനന്തമായ പ്രപഞ്ചത്തിലേ ക്കു നാം യാത്ര തുടങ്ങുകയാണ്. ഈ പ്രകിയെക്കുറിച്ച് എനിക്കൊരു രൂപവുമില്ല. നമുക്കതു പ്രപഞ്ചനിയമങ്ങൾക്കു വിട്ടുകൊടുക്കാം. ഈ പ്ര യാണ ത്തിലേയ്ക്കു പ്രവേശിക്കുമ്പോൾ തീർച്ചയായും ഇന്നത്തെ ഭൗ തീക രൂപത്തിലായിരിക്കില്ല നാം. ജലകണങ്ങളുടെയോ ബാഷ്പപടല ത്തിന്റെയോ രൂപത്തിലാവാം.'

നമ്മുടെ ഓർമ്മകൾ ബുദ്ധിയിൽ രേഖപ്പെടുത്തുന്നവ അല്ല എ ന്നും, അത് ശരീരത്തിലെ വെള്ളത്തിൽ രേഖപ്പെടുത്തുന്നവയാണെന്നും ഇനി ഒരിക്കൽ തെളിയിക്കപ്പെട്ടാൽ ബുദ്ധിയും ഓർമ്മയും വിടപറയുക യും ഹൃദയവും ഓർമ്മയും കൈകോർക്കുകയും ചെയ്യും. അപ്പോൾ ബോം ബി ന് പകരം പനിനീർപ്പൂവായിമാറും.

സന്തോഷത്തോടെ വായനക്കാരെ ഈ പുസ്തകത്തിലേക്കു സ്വാ ഗതം ചെയ്യുന്നു.

നന്മനേരുന്നു, സ്നേഹവും.

ദുബായി

26/11/07

മുഖവുര

ഉറഞ്ഞ ഹിമപരലുകളുടെ ചിത്രങ്ങൾ ഞാനെടുക്കാൻ തുടങ്ങിയിട്ട് പത്തുവർഷത്തിലധികമായി.

മുമ്പ്, വർഷങ്ങളോളം വെള്ളത്തിലെ തിരയിളക്കത്തിന്റെ വേഗത്തെക്കുറിച്ച് ഞാൻ ഗവേഷണം നടത്തിയിരുന്നു. എന്നാൽ, പരലുകളെക്കുറിച്ച് പഠിക്കാൻ തുടങ്ങിയപ്പോൾ ജലം പലവിധത്തിലും സ്വയം പ്രകാശനം നിർവഹിക്കുന്നുണ്ടെന്നു മനസ്സിലായി. ഹിമപരലുകളുടെ ഫോട്ടോച്ചിത്രങ്ങൾ മനുഷ്യനറിയേണ്ട പല വസ്തുതകളുടെയും പേടകങ്ങളാണ്. കുഴൽ വെള്ളത്തിൽ നിന്നു വ്യത്യസ്തമായി ഉറവു ജലത്തിൽ നിന്നുണ്ടാക്കിയ പരലുകൾ സുന്ദരമായിരുന്നു. വിശിഷ്ടസംഗീതത്തിനു നേരെ തുറന്നുവച്ചവ അതീവസുന്ദരം. നന്ദി, വിഡ്ഢിത്തം തുടങ്ങിയ വൈവിധ്യമുള്ള വാക്കുകൾക്കു നേരെ ഉണ്ടായ പരലുകളിലെ പ്രതികരണം വളരെ വിജയകരമായിത്തോന്നി. നാം എങ്ങനെ ജീവിക്കണം- നിശ്ചയമായും എന്ന പാഠങ്ങൾ ഈ പരലുകൾ ഉൾക്കൊള്ളുന്നു.

1999 ജൂണിൽ വെള്ളത്തിന്റെ സന്ദേശങ്ങൾ (The Messages of water) എന്ന പുസ്തകത്തിലൂടെ പരൽച്ചിത്രങ്ങളുടെ ഒരു സമാഹാരം ഞാൻ പ്രസിദ്ധീകരിച്ചു. തിരയിളക്കപ്രകാശകർ (Wave Fluctuation Publishing) എന്നു ഞാൻ വിളിക്കുന്ന ഹദോ ക്യോയ്ക്കൂഷ (Hado kyoikusha) എന്ന ചെറിയ പ്രസാധക സ്ഥാപനത്തിലൂടെയാണ് ഞാനതു ചെയ്തത്. വലിയ പുസ്തകശാലകളിലൂടെ വിപുലമായ തോതിൽ വിറ്റഴിക്കാൻ ലക്ഷ്യം വയ്ക്കാതെ സ്വയം പ്രസിദ്ധീകരിച്ചതെങ്കിലും പുസ്തകം പറഞ്ഞുണ്ടായ ഖ്യാതി അതിനെ ഒരു ബെസ്റ്റ്സെല്ലറാക്കിത്തീർത്തു.

പ്രസാധന ചരിത്രത്തിൽ ഒരിക്കലും സംഭവിക്കാത്ത ഒന്നാണിത്. എന്റെ കൺമുമ്പിൽ ഇതു സംഭവിച്ചപ്പോൾ ഒരുവശത്ത് അദ്ഭുതവും മറു വശത്ത് പുസ്തകം നെഞ്ചേറ്റി പ്രചരിപ്പിച്ചവരോടുള്ള അഭിനന്ദനവും കൊണ്ട് മനസ്സു നിറഞ്ഞുപോയി.

ഏറെ ആളുകളിലേയ്ക്ക് പുസ്തകമെത്തിക്കാൻ ജാപ്പാനീസിൽ എഴുതിയിരുന്ന എല്ലാ വിവരണങ്ങളും ഉൾക്കൊള്ളിച്ച് ഒരിംഗ്ലീഷ് പരിഭാഷ പ്രസിദ്ധീകരിച്ചു. അതിന്റെ വിജയം വളരെ വലുതായിരുന്നു. സ്വിറ്റ്സർല ന്റ് തുടങ്ങിയ ലോകരാജ്യങ്ങളിലേയ്ക്ക് പ്രഭാഷണങ്ങൾക്ക് ഞാൻ ക്ഷണി ക്കപ്പെട്ടു.

ലോകത്തിന് നിരവധി സന്ദേശങ്ങളുൾക്കൊള്ളുന്ന പരൽച്ചിത്ര ങ്ങളുടെ പ്രസിദ്ധീകരണം യഥാർത്ഥ ചരിത്രമുഹൂർത്തത്തിൽ ആയിരു ന്നിരിക്കണം. നിരവധിപേർ അതുതിരിച്ചറിഞ്ഞതുതന്നെ അത് കാലോചിതമാണെന്ന സൂചന നൽകുന്നു. എന്റെ കഴിവിനൊത്ത നിയോഗത്തിന് അവസരം നൽകിയ ദൈവത്തോടു നന്ദി പറയട്ടെ.

ദൈവം എന്ന വാക്കിനോടും ആ സങ്കല്പത്തോടും ആശങ്കകൾ പുലർത്തുന്ന ആളുകളുണ്ടെന്ന് എനിക്കറിയാം. എന്റെ പുസ്തകത്തിലെ കേന്ദ്രബിന്ദു ജലമാണ്. ജലത്തെക്കുറിച്ച് കൂടുതലറിയുമ്പോൾ ദൈവാ സ്തിത്വത്തെ നിഷേധിക്കാൻ പ്രയാസം വർദ്ധിക്കുന്നു. ഇതിലെ ചിത്രങ്ങ ളിലൂടെ കടന്നുപോകുമ്പോൾ പ്രസ്തുത വിഷയത്തെക്കുറിച്ച് നിങ്ങൾ കൂടുതൽ ചിന്തിക്കുമെന്ന് കരുതട്ടെ.

ജപ്പാനിലെ സൺമാർക് പ്രസാധകർക്കുവേണ്ടി ഈ പുസ്തകം രചിക്കാൻ ആദ്യമായി ആവശ്യമുയർന്നപ്പോൾ ആശ്ചര്യകരമായ പലതും എഴുതാൻ ഉള്ളിലുണ്ടെന്ന് പെട്ടെന്നെനിക്കു ബോധ്യമായി. ഇതിനെ ക്കുറിച്ച് സൺമാർകിന്റെ അധ്യക്ഷൻ നൊബുതാക്ക ഉയേക്കി (Nobutaka Ueki)യോടു സംസാരിച്ചപ്പോൾ അതിൽത്തന്നെ ശ്രദ്ധയൂന്നുന്ന കൃതി യാണ് താനും പ്രതീക്ഷിക്കുന്നതെന്ന് അദ്ദേഹം പറഞ്ഞു. റ്യൂയ സയിട്ടോ (Ryuya Saitou) എന്നൊരാളെ എന്റെ പ്രസംഗങ്ങൾ കേൾക്കാൻ സ്വിറ്റ്സർ ലന്റിലേയ്ക്ക് അയച്ചുതരികയും ചെയ്തു.

ആ കൃതി എഴുതിത്തീർന്ന സാഫല്യത്തിന്റെ നിറവിലാണ് ഞാനി പ്പോൾ. ഒരു ദശകത്തിലധികമായി ഞാൻ പഠിച്ചുകൊണ്ടിരിക്കുന്ന തിര യിളക്കസിദ്ധാന്തങ്ങളെക്കുറിച്ച് സംസാരിക്കാൻ ഒരു വേദി ഈ കൃതി എനിക്കൊരുക്കിത്തന്നു. മനുഷ്യസ്വഭാവത്തെക്കുറിച്ചുള്ള എന്റെ നിരീ ക്ഷണ ഗവേഷണങ്ങളും പ്രപഞ്ചത്തെക്കുറിച്ചുള്ള ചിന്തകളും പങ്കുവയ് ക്കാൻ കൂടി ഈ വേദി സഹായകമായി.

കൊക്കോറോ സമിതി (Kokoro Inc) അധ്യക്ഷൻ മസാഷി തനി ഗാവ (Masashi Tanigawa), നവോകി ഉചികി (Naoki Uchiki), സൺ മാർക് പത്രാധിപർ തത്സുയാ സയ്തോ (Tatsuya Saito), എന്നിവരോ ടും ഈ പുസ്തകത്തിനുവേണ്ടി മുഖാമുഖം അനുവദിച്ചവരോടും എനി

ക്കുള്ള കൃതജ്ഞത അറിയിക്കാൻ ഈ അവസരം ഉപയോഗിക്കട്ടെ.

ഈ പുസ്തകത്തിലെ ചിത്രങ്ങൾക്കുവേണ്ടി പരലുകൾ നിർമിക്കാൻ ആവശ്യത്തിനു ജലം തന്ന നിചിറേയി ഹിമസമിതി (Nichirei Ice Inc) മുൻ അധ്യക്ഷൻ തെത്സുയ തഗൂചി (Tetsuya Taguchi)യോടും ഞാൻ വളരെയധികം കടപ്പെട്ടിരിക്കുന്നു.

ഈ പുസ്തകത്തിന്റെ ഇംഗ്ലീഷ് പരിഭാഷ പ്രസിദ്ധീകരിക്കുന്നതു വഴി ലോകമെമ്പാടുമുള്ള ആളുകൾക്ക് ജലത്തോടു നമുക്കുള്ള ബന്ധത്തെക്കുറിച്ച് വായിച്ചറിയാൻ അവസരം ഒരുക്കിയ ബിയോണ്ട് വേൾഡ്സ് പ്രസാധകരോട് (Beyond worlds publishing) എനിക്കുള്ള നന്ദി ഇവിടെ രേഖപ്പെടുത്തുന്നു.

ഈ പുസ്തകം വായിക്കുന്ന എല്ലാവരോടും കൃതജ്ഞത അറിയിക്കാൻ ഞാൻ മറന്നുകൂട. അവസാനമായി പ്രപഞ്ചത്തിലെ ജലസമ്പത്തിന് ആദരം അർപ്പിക്കാനും ഉപകാരസ്മരണ പങ്കുവയ്ക്കാനും ഞാൻ ആഗ്രഹിക്കുന്നു.

നന്ദി.

ഉറവ്

ഈ പുസ്തകം വായിച്ചുതുടങ്ങുമ്പോൾ സ്വന്തം ജീവിതം മൂല്യനിർണയവിധേയമാക്കണമെന്നു പറയാൻ ഞാനാഗ്രഹിക്കുന്നു. നിങ്ങൾ സന്തുഷ്ടനാണെങ്കിൽ പ്രത്യേകിച്ചും.

തീർച്ചയായും, ആര് എന്നതിനെ ആശ്രയിച്ചിരിക്കും സന്തുഷ്ടിയെക്കുറിച്ചുള്ള നിങ്ങളുടെ നിർവചനം. പ്രഭാതത്തിൽ ഉണരുമ്പോൾ ശാന്തിയെക്കുറിച്ചുള്ള അവബോധം - ഭാവിയെക്കുറിച്ചുള്ള സുരക്ഷിതത്വ ബോധം-ഒരു തരം പ്രതീക്ഷ നിങ്ങൾക്ക് അനുഭവപ്പെടാറുണ്ടോ? ഇതിനെ സന്തുഷ്ടി എന്നു വിളിക്കാമെങ്കിൽ ഈ നിമിഷം നിങ്ങൾ സന്തുഷ്ടനാണ് എന്നു പറയാമോ?

ഒരുറച്ച 'ഉവ്വ്' ഉച്ചരിക്കാൻ പലർക്കും ആവില്ലെന്ന് ഉറപ്പിച്ചുപറയാൻ എനിക്കു കഴിയുമെന്ന് ഞാൻ കരുതുന്നു. മിക്ക ആളുകളും അവർ കൊതിച്ച എല്ലാമാണ് അവരുടെ ജീവിതമെന്നു പറയാൻ പ്രയാസപ്പെടുന്നു. നമ്മളെ പ്രയാസപ്പെടുത്തുന്ന ആ ഒന്ന് എന്താണ്? മനുഷ്യരെ കേവല സന്തുഷ്ടിയിൽ നിന്നു പോലും തടയുന്ന എന്താണ് ഈ ലോകത്തിൽ സംഭവിച്ചുകൊണ്ടിരിക്കുന്നത്?

അവ്യവസ്ഥയുടെ ഒരു യുഗത്തിലാണ് നാം ജീവിക്കുന്നതെന്ന് എനിക്കു തോന്നുന്നു. പ്രപഞ്ചസൃഷ്ടിക്കു മുമ്പുണ്ടായിരുന്ന പദാർത്ഥങ്ങളുടെ കുഴഞ്ഞുമറിഞ്ഞ, സങ്കീർണമായ അവസ്ഥയെയാണ് അവ്യവസ്ഥ (Chaos) വിവരിക്കുന്നത്.

ജീവിതം ജീർണിച്ചതും വിരസവുമായി അനുഭവപ്പെടുന്നു. പത്രങ്ങളും ടെലിവിഷനും വിവരങ്ങൾകൊണ്ട് നമ്മെ തരിപ്പണമാക്കുന്നു. ജോലിസ്ഥലത്ത് ആകെ പ്രശ്നങ്ങളും തെറ്റിദ്ധാരണകളുമാണ്. പ്രതിസന്ധികളുടെ വേരുകളിൽ നാം മുച്ചൂടും കുടുങ്ങിപ്പോയിരിക്കുന്നു.

ലോകത്തിൽ എവിടെയും ജീവിതാവസ്ഥയുടെ കാതൽ ഇതാണ്. നമ്മുടെ ചെറിയ ഗ്രഹം സാമ്പത്തികവൈരുധ്യം, ആഭ്യന്തര സംഘർഷം, വംശസ്പർധ, പാരിസ്ഥിതികസമ്മർദ്ദം, മതകലഹം എന്നിങ്ങനെ പ്രതീ

ക്ഷിതമായ എല്ലാ വൈരങ്ങൾകൊണ്ടും നിറഞ്ഞിരിക്കുന്നു. മാത്രമല്ല, പീഡിതരുടെയും പീഡനത്തിൽ ആനന്ദിക്കുന്നവരുടെയും ദരിദ്രരാവുന്ന വരുടെയും സമ്പത്തു കുമിയുന്നവരുടെയും മർദ്ദിതരുടെയും മർദ്ദകരു ടെയും ഒക്കെ അശുഭവാർത്തകൾ ഭൂഗോളത്തിന്റെ ഒരറ്റത്തുനിന്ന് എതി രറ്റത്തേയ്ക്ക് എത്തിക്കൊണ്ടിരിക്കുന്നു.

ഒന്നു ചോദിക്കട്ടെ, ആരാണ് ഈ ദുരിതങ്ങൾക്കൊക്കെ ഉത്തര വാദി? ഈ ലോകം എന്നത്തെക്കാളും മുറിഞ്ഞതും അന്യവും സങ്കീർ ണവുമായിരിക്കുന്നു. കുഴച്ചുമറിച്ചിലിൽ കഴുത്തോളം ആഴ്ന്നിട്ടും പ്രശ്ന ങ്ങൾക്ക് ആഴമേറുക മാത്രമേ ചെയ്യുന്നുള്ളൂ. ഇതിൽ നിന്നു പുറത്തു കടക്കാൻ എന്തുവഴി എന്നതാണ് എല്ലാവർക്കുമുള്ള ഏക പൊതുചിന്ത. ഒരുത്തരം എല്ലാവർക്കും വേണം. ഇതുവരെ നമ്മളിൽനിന്ന് തെന്നി ത്തെറിച്ചു മാറിയിരുന്ന ശക്തവും സരളവുമായ ഒരുത്തരം.

2

ഒന്നുകൂടി, എല്ലാ കുഴപ്പത്തിന്റെയും അടിയൊഴുക്കിനെപ്പറ്റി ചിന്തിക്കാം. എല്ലാറ്റിന്റെയും കേന്ദ്രബിന്ദു എന്ത്? സമരസത്തിൽ നിന്ന് സംഘർഷത്തിലേയ്ക്ക് ലോകത്തെ ഉന്തിത്തള്ളുന്ന ആ ഒന്ന് എന്ത്?

ഒരു പക്ഷേ, അനുപേക്ഷണീയമായ ഒരു പ്രതിഭാസമാകാം ഇത്. ഒരേ ജീവിവർഗത്തിൽപ്പെട്ടവരെങ്കിലും ആവാസസ്ഥാനം മാറുമ്പോൾ, തൊലി ഭേദപ്പെടുമ്പോൾ ചിന്താഗതി വ്യത്യസ്തമായിത്തീരുക എന്ന പ്രതിഭാസം.

ചുറ്റമുള്ള അനിഷ്ടങ്ങളോടു പൊരുത്തപ്പെടാൻ മിക്കവരും ഇഷ്ട പ്പെടുന്നില്ല എന്നത് പ്രശ്നങ്ങൾ കൂടുതൽ വഷളാക്കുന്നു. തൽഫലമായി വ്യഥകളും വേവലാതികളും ഒടുങ്ങാത്തതായി നീളുന്നു. മനുഷ്യർ അവരാ യിരിക്കുന്നിടത്തോളം ഏതു പരിഹാരനിർദ്ദേശവും അപര്യാപ്തമായി ത്തീരുന്നു.

അങ്ങിനെ, തുടങ്ങിയേടത്ത് നാമെത്തുന്നു. ഭൂഗോളത്തിലെ എല്ലാ വർക്കും സ്വീകാര്യമായ, എല്ലാവർക്കും ബോധ്യമാവുന്ന, എല്ലാവർക്കും സരളമായി ഉൾക്കൊള്ളാൻ കഴിയുന്ന ഒരുത്തരമുണ്ടോ?

വാസ്തവത്തിൽ അത്തരം ഒരുത്തരം ഞാൻ തേടിക്കണ്ടെത്തിയിട്ടു ണ്ട്. അതിതാണ്: ശരാശരി മനുഷ്യശരീരത്തിന്റെ 70 ശതമാനം വെള്ളമാ ണ്. ഭ്രൂണത്തിന്റെ 99% വെള്ളത്തിൽ നമ്മുടെ ജീവിതമാരംഭിക്കുന്നു. പിറ ക്കുമ്പോൾ അതു തൊണ്ണൂറു ശതമാനമാകുന്നു. പ്രായപൂർത്തിയാകുന്ന തോടെ ജലാംശം 70

ശതമാനമായി കുറയുന്നു. വാർദ്ധക്യദശയിൽ മരിക്കയാണെങ്കിൽ നമ്മളിൽ 50ശതമാനം ജലമായിരിക്കും. ചുരുക്കിപ്പറ ഞ്ഞാൽ ജീവിതകാലം മുഴുവൻ മിക്കവാറും ജലരൂപത്തിലാണ് നാം കഴിച്ചുകൂട്ടുന്നത്.

ഭൗതികവിശകലനത്തിൽ മനുഷ്യർ ജലമാണ്. ഇതു മനസ്സിലാക്കി ലോകത്തെ ഈ കാഴ്ചപ്പാടിലൂടെ വീക്ഷിക്കാൻ തുടങ്ങിയപ്പോൾ തിക ച്ചും നവീനമായ ഒരു രീതിയിൽ വസ്തുതകളെ അറിയാനാരംഭിച്ചു. ഒന്നാമതായി, ഈ ബന്ധം എല്ലാ ജനവിഭാഗങ്ങൾക്കും ബാധകമാണെന്ന് ഞാൻ തിരിച്ചറിഞ്ഞു. അതിനാൽ, ഞാൻ പറയാൻ പോകുന്നത് ലോക ത്തിലെ മുഴുവൻ ആളുകൾക്കും ബാധകമാണ്.

ജനങ്ങൾ അവരുടെ ജീവിതം എങ്ങനെ നയിക്കണമെന്ന് ഉദ്ദേശിക്കു കയാണ് ഞാൻ. സന്തുഷ്ടിയും ആരോഗ്യവും നിറഞ്ഞ ജീവിതം മനു ഷ്യർക്ക് എങ്ങനെ നയിക്കാനാവും? നിങ്ങളുടെ ശരീരത്തിൽ നിറഞ്ഞിരി ക്കേണ്ട 70 ശതമാനം ജലത്തെ ശുദ്ധീകരിക്കുക എന്നതാണ് ഉത്തരം.

ഒഴുകുന്നതിനാൽ നദീജലം പരിശുദ്ധി നിലനിർത്തുന്നു. ചലന ത്തിനു തടസ്സമുണ്ടാകുമ്പോൾ ജലം മരിക്കുന്നു. അതുകൊണ്ട് ജല ത്തിനു നിരന്തരപ്രവാഹം വേണം. ജലവും രക്തവും രോഗികളുടെ ശരീര ത്തിൽ ചലനമറ്റതായിത്തീരുന്നു. രക്തപ്രവാഹം നിലയ്ക്കുമ്പോൾ ശരീരം ജീർണിക്കുന്നു. തലച്ചോറിലെ രക്തപ്രവാഹം നിശ്ചലമാവുമ്പോൾ ജീവിതം തന്നെ ഭീഷണിയിലാവുന്നു.

രക്തം എന്തുകൊണ്ടാണ് നിശ്ചേതനമാകുന്നത്? ഇത് വികാര ങ്ങളുടെ ജഡതകൂടിയാണ്. മാനസികാവസ്ഥയ്ക്കുമേൽ ശാരീരികാവ സ്ഥയ്ക്ക് നേരിട്ടു സ്വാധീന ശക്തിയുണ്ടെന്ന് ആധുനിക ഗവേഷകർ ചൂണ്ടിക്കാട്ടിയിട്ടുണ്ട്. ഒരു സുഖസന്തുഷ്ട ജീവിതം നയിക്കുമ്പോൾ ശാരീരിക സംതൃപ്തി നിങ്ങളനുഭവിക്കുന്നു. വേദനകളും സംഘർഷ ങ്ങളും നിറഞ്ഞതാണ് ജീവിതമെങ്കിൽ ശരീരം ക്ഷീണിക്കുന്നു. അതു കൊണ്ട്, വികാരങ്ങൾക്കു പ്രവഹിക്കാനാകുമ്പോൾ നിങ്ങൾ സന്തുഷ്ടി യിലേയ്ക്കും അരോഗാവസ്ഥയിലേയ്ക്കും സഞ്ചരിക്കുന്നു എന്നു പറയാം.

ചലനം, മാറ്റം, പ്രവാഹം- ഇതൊക്കെ നിറഞ്ഞതാണ് ജീവിതം.

3

മനുഷ്യനാകുന്നതിനുമുമ്പ് നാം ജലമായിരുന്നു എന്നു പരിഗണിക്കയാണെങ്കിൽ എന്താണ് മനുഷ്യൻ എന്ന അടിസ്ഥാന പ്രശ്നത്തിനുള്ള ഉത്തരത്തിന്റെ വളരെ അടുത്തേയ്ക്ക് നമുക്കടുക്കാം. ജലത്തെക്കുറിച്ച് ദൃഢമായ ധാരണയുണ്ടെങ്കിൽ മനുഷ്യശരീരത്തെ വ്യക്തമായി മനസ്സിലാക്കാനാവും. എന്തുകൊണ്ട് ഇന്നത്തെ രൂപത്തിൽ മനുഷ്യൻ ജനിക്കുകയും നിലനിൽക്കുകയും ചെയ്യുന്നു എന്നതിന്റെ രഹസ്യവും നമുക്ക് അനാവരണം ചെയ്യാം.

എന്താണ് ജലം? ജീവച്ഛക്തി എന്നായിരിക്കും നിങ്ങളുടെ ആദ്യ ഉത്തരം. ശരീരത്തിലെ 50 ശതമാനം ജലം നഷ്ടപ്പെടുമ്പോൾ ജീവിതം മുന്നോട്ടു കൊണ്ടുപോകാൻ പ്രയാസമായിത്തീരുന്നു. രക്തവും മറ്റു ശരീരദ്രാവകങ്ങളും സംവഹിക്കുന്ന ജലമാണ് നമ്മുടെ ശരീരത്തിനു വേണ്ട പോഷകാംശങ്ങൾ എല്ലായിടത്തും എത്തിക്കുന്നത്. ജലപ്രവാഹം ശരീരത്തെ ചൈതന്യമുള്ളതാക്കുന്നു. ശരീരത്തിനു വേണ്ട ഊർജ്ജത്തിന്റെ വാഹകനുമാണ് ജലം.

ശരീരം മുഴുവൻ സഞ്ചരിക്കുന്ന ഒരു ചരക്കുവണ്ടിയുടേതിനു തുല്യ മാണ് ശരീരത്തിലെ ഊർജ്ജഗതാഗതം നടക്കുന്നത്. ശരീരം അഴുകി വഴിയടഞ്ഞതാകുമ്പോൾ ഗതാഗതം ചെയ്യപ്പെടുന്നതും അഴുക്കു നിറഞ്ഞ താകുന്നു. ജലമാകട്ടെ, ശുദ്ധമാക്കേണ്ടത് അത്യാവശ്യവുമായിത്തീരുന്നു. മാത്രമല്ല, പണ്ടത്തേതിനേക്കാൾ ആരോഗ്യശാസ്ത്രസമൂഹം ജലത്തെ ഊർജ്ജവാഹിനിയായി കണക്കാക്കാൻ തുടങ്ങിയിട്ടുണ്ട്. രോഗചികിത്സ യ്ക്കുപോലും ജലം ഉപയോഗിക്കുന്നുമുണ്ട്. ജലത്തിന്റെ ശരിയായ മൂല്യം തിരിച്ചറിഞ്ഞിട്ടുള്ള പ്രവർത്തനമേഖലയാണ് ഹോമിയോപ്പതി.

പത്തൊമ്പതാം നൂറ്റാണ്ടിന്റെ ആദ്യപകുതിയിൽ ജർമ്മനിയിലെ സാമുവൽ ഹാനിമാന്റെ ശ്രമങ്ങളോടെയാണ് ഹോമിയോപ്പതിക്കു പ്രാരംഭം കുറിച്ചത്. എന്നാൽ, അതിന്റെ വേരുകൾ വൈദ്യശാസ്ത്രത്തിന്റെ പിതാവായ ഹിപ്പോക്രേറ്റ്സ് (Hippocrates)വരെ നീളുന്നു. (460-370 ബി.സി) ഹിപ്പോക്രേറ്റ്സിന്റെ പല ചികിത്സാരീതികൾക്കും ഹോമിയോപ്പതിയുടെ സമ്പ്രദായങ്ങളുമായി സാദൃശ്യമുണ്ട്. ഒറ്റ വാക്കിൽ, വൈദ്യശാസ്ത്രത്തിന്റെ ഈ പ്രാരംഭകർ ഔത്സുക്യത്തോടെ ചികിത്സിക്കാനും മരണത്തോടു പൊരുതാനും നമ്മെ പഠിപ്പിക്കുന്നു.

ഉദാഹരണത്തിന് ഈയവിഷമേറ്റൊരാളുടെ രോഗലക്ഷണങ്ങൾ വളരെ സൂക്ഷ്മമായ അളവിൽ (ലക്ഷംകോടി അംശം) ഈയാംശം കലർ

ത്തിയ വെള്ളം കുടിച്ച് ലഘൂകരിക്കാനാവും.

ഈയവസ്ഥയിൽ ജലത്തിലെ ഈയത്തിന്റെ ദ്രവ്യരൂപം പ്രായോഗി കാവശ്യങ്ങൾക്ക് ഉപയുക്തമല്ല. എന്നാൽ ദ്രവ്യത്തിന്റെ സവിശേഷതകൾ ഈയവിഷ ചികിത്സയ്ക്കു പര്യാപ്തവുമാണ്.

എത്ര നേർപ്പിക്കുന്നുവോ അത്രയ്ക്ക് അതിന്റെ വീര്യം കൂടുമെന്ന് ഹോമിയോപ്പതി നിർദ്ദേശിക്കുന്നു. ശരീരത്തിലെ വിഷത്തിന്റെ സാന്ദ്രത എത്ര കൂടുന്നുവോ അതിനനുസരിച്ച് ഉയർന്നതായിരിക്കണം നേർപ്പിക്കലിന്റെ അനുപാതം എന്നതാണ് ഇവിടത്തെ യുക്ത്യനുമാനം.

രോഗലക്ഷണങ്ങളിൽ നിന്നു മുക്തമാവാൻ ഉപയോഗിക്കപ്പെടുന്ന ദ്രവ്യത്തിന്റെ വീര്യം എന്നതിനു പകരം ജലത്തിലേയ്ക്കു പകർത്തപ്പെടുന്ന പ്രജ്ഞാനം (വിവരം) വിഷലക്ഷണങ്ങളുടെ പ്രജ്ഞാനം മായ്ക്കപ്പെടാൻ ഉപയോഗിക്കുന്നുഎന്നും ഇതിനെ മറ്റൊരുതരത്തിൽ പറയാം.

ജലത്തിന് അറിവുകൾ ശേഖരിക്കാനും ഓർത്തുവയ്ക്കാനും കഴിവുണ്ട് എന്നാണിതിനർത്ഥം. സമുദ്രജലത്തിന് സമുദ്രജീവികളെക്കുറിച്ചുള്ള ഓർമ്മകളുണ്ട് എന്നും നമുക്കു പറയാം. ഭൂമിയുടെ പാളികൾ ആ ഗ്രഹത്തിന്റെ ദശലക്ഷക്കണക്കിനു വർഷങ്ങളുടെ ചരിത്രം ഉൾക്കൊള്ളു ന്നുണ്ട്.

ഭൂഗോളത്തിനു ചുറ്റും പ്രദക്ഷിണം വയ്ക്കുന്ന ജലം നമ്മുടെ ശരീര ങ്ങളിലൂടെ ഒഴുകി ലോകത്തിന്റെ മറ്റു ഭാഗങ്ങളിലേയ്ക്കു പരക്കുന്നു.

ജലത്തിന്റെ സ്മൃതിയിലെ അറിവുകൾ വായിക്കാൻ കഴിഞ്ഞാൽ ഐതിഹാസികമായ അനുപാതങ്ങളുടെ കഥയും നമുക്ക് പഠിക്കാനാവും. ജലത്തെ അറിയുക എന്നാൽ പ്രപഞ്ചത്തെ അറിയലാണ്. പ്രകൃതിയുടെ വിസ്മയങ്ങളെ അറിയലാണ്, ജീവിതത്തെത്തന്നെ അറിയലാണ്.

4

അനേകവർഷങ്ങൾ ഞാൻ ജലത്തെക്കുറിച്ചു പഠിച്ചു. അറിവുകൾ പകർത്താനുള്ള കഴിവ് ജലത്തിനുണ്ടെന്ന തിരിച്ചറിവ് എന്റെ ജീവിതത്തെത്തന്നെ മാറ്റി. അമേരിക്കയിൽ വച്ചുണ്ടായ ഈ കണ്ടുപിടിത്തം ജപ്പാനിലേയ്ക്ക് എന്നോടൊപ്പം കൊണ്ടുവന്നു. ജലത്തിന്റെ അറിവു പകർ ത്തുന്ന ഈ ധർമത്തെ ആളുകളുടെ ആരോഗ്യം തിരിച്ചുപിടിക്കാൻ ഞാൻ ഉപയോഗിച്ചു പോന്നു.

ആ സമയത്ത് ഭിഷഗ്വരന്മാർ ജലം സ്വയം രോഗനിവാരണ ശേഷി

ഉൾക്കൊള്ളുന്നു എന്നതിന്റെ സാധ്യതകൾ കൂടി പരിഗണിക്കാൻ തയ്യാറായിരുന്നില്ല. ജലത്തിന് ഓർമ്മിക്കാനും അറിവുകൾ സൂക്ഷിക്കാനും കഴിവുണ്ടെന്ന, എന്റെ ഉത്തമ ബോധ്യത്തെക്കുറിച്ചുള്ള നിർദ്ദേശം വൈദ്യ സമൂഹം പൂർണ്ണമായി തള്ളിക്കളയുകയാണ് ചെയ്തത്.

1988ൽ ഫ്രഞ്ച് ശാസ്ത്രജ്ഞനായ ജാക്വിസ് ബെൻവെനിസ്തെ (Jacques Benveniste) ഹോമിയോപ്പതിയുടെ അടിസ്ഥാനതത്ത്വങ്ങളെക്കുറിച്ചുള്ള പരീക്ഷണം ഏറ്റെടുത്തു. വൈദ്യോപകരണങ്ങൾകൊണ്ട് കണ്ടുപിടിക്കാൻ കഴിയാത്ത അവസ്ഥയോളം ഒരു മരുന്ന് അദ്ദേഹം ജല ത്തിൽ അലിയിച്ചെടുത്തു. ആ ലായനിക്കും അലിയിക്കപ്പെടാത്ത മരു ന്നിനും ഒരേ വീര്യമാണുള്ളതെന്ന് അദ്ദേഹം കണ്ടുപിടിച്ചു. ബ്രിട്ടീഷ് ശാസ്ത്രമാസികയായ പ്രകൃതി (Nature)ക്ക് തന്റെ പരീക്ഷണഫലങ്ങൾ അദ്ദേഹം സമർപ്പിച്ചു. കൃത്യം ഒരുവർഷം കഴിഞ്ഞ് ഈ പരീക്ഷണങ്ങൾ സംശയാസ്പദമാണെന്നും ഭൗതിക തെളിവുകളില്ലാത്തതാണെന്നും നിർ ദ്ദേശിക്കുന്ന കുറിപ്പോടെ പ്രസിദ്ധീകരിക്കപ്പെട്ടു. അതോടെ അദ്ദേഹ ത്തിന്റെ നിഗമനങ്ങൾ വിസ്മൃതിയിലേയ്ക്ക് കുഴിച്ചു മൂടപ്പെട്ടു.

ശാസ്ത്രസമൂഹത്തിന്റെ മുൻധാരണകളോടു കലഹിക്കുന്ന ഗവേഷ ണങ്ങളുമായി ആരെങ്കിലും സമീപിച്ചാൽ ഒന്നല്ലെങ്കിൽ മറ്റൊരു തരത്തിൽ ഇതുതന്നെയാണ് അവരുടെ പ്രതികരണം.

വിവരങ്ങൾ ഓർത്തെടുക്കാനുള്ള ജലത്തിന്റെ കഴിവിന് ഭൗതികമായ തെളിവുകൾ നിരത്താനാവുമോ എന്നു ഞാൻ ഭയപ്പെട്ടു. ഭൗതിക ദൃഷ്ടിയിലൂടെ അതിനെ നിരീക്ഷിക്കാനുള്ള ഒരു മാർഗ്ഗം?

സാധ്യതകളിലേയ്ക്കു നിങ്ങളുടെ ഹൃദയം തുറന്നു പിടിക്കുമ്പോൾ വലിയ വലിയ കണ്ടുപിടിത്തങ്ങളിലേയ്ക്കു നയിക്കാവുന്ന കൊച്ചു കൊച്ചു കാര്യങ്ങൾ പോലും നിങ്ങൾ നിരീക്ഷിക്കാൻ തുടങ്ങും. അങ്ങനെ, ഒരു ദിവസം തികച്ചും സാധാരണരീതിയിൽ ഒരു പുസ്തകം തുറന്നപ്പോൾ 'കൃത്യമായി ഒരേ തരത്തിലുള്ള രണ്ടു ഹിമപരലുകൾ ഇല്ല' എന്ന വാക്കു കൾ താളിൽനിന്നു പുറത്തേയ്ക്കു ചാടിക്കൊണ്ടു പ്രത്യക്ഷപ്പെട്ടു.

ഇതേ കാര്യം, തീർച്ചയായും, ഞാൻ പ്രാഥമികവിദ്യാലയത്തിൽ നിന്നു പഠിച്ചിട്ടുള്ളതാണ്. ദശലക്ഷക്കണക്കിനു വർഷങ്ങളായി ഭൂമിയുടെ ഉപരിതലത്തിൽ വീണിട്ടുള്ള ഹിമക്കട്ടകളുടെ മുഖങ്ങൾ ഒന്നിനൊന്നു വ്യത്യസ്തമാണ്.

എങ്ങനെയായാലും, ഈ വാചകം, എന്റെ ഹൃദയം അതിന്റെ

സന്ദേശത്തിലേയ്ക്കു തുറന്നിരുന്നതുകൊണ്ട് പുതിയൊരർത്ഥത്തിലാണ് ഞാൻ വായിച്ചത്. ജലത്തെ ഘനീഭവിപ്പിച്ച് പരലുകൾ നിർമിച്ചാൽ അവ ഓരോന്നും ഭിന്നമായി കാണപ്പെടും എന്ന ഊഹം എന്നിലുദിച്ചു. ആ ഒരു നിമിഷം തികച്ചും പുതിയതും അതുവരെ അനാവരണം ചെയ്യപ്പെടാത്തതുമായ സാഹസികതയിലേയ്ക്കുള്ള ആദ്യചുവടായി മാറി. ജലം ഘനീഭവിപ്പിച്ച് പരലുകളുടെ ചിത്രങ്ങളെടുക്കാനായിരുന്നു എന്റെ പദ്ധതി.

ഒരു പുതിയ ആശയത്തിൽ ചടഞ്ഞിരിക്കൽ എന്റെ സ്വഭാവമല്ല. എന്റെ സ്ഥാപനത്തിലെ ഒരു യുവഗവേഷകനോട് പരീക്ഷണങ്ങളാരംഭിക്കാൻ ഞാൻ പെട്ടെന്നാവശ്യപ്പെട്ടു. മുൻപരിചയം ഒരിക്കലും സഹായത്തിനെത്താത്ത ഒരു മേഖലയായിരുന്നു അത്. പരിശ്രമത്തിനു ഫലം കാണുമെന്ന് തീരെ ഉറപ്പു കൊടുക്കാൻ പറ്റാത്ത ഒന്നായിരുന്നു ഞങ്ങളുടെ പ്രയത്നം. എനിക്കു വിശ്വാസക്കുറവൊന്നുമുണ്ടായിരുന്നില്ല. എന്റെ നിഗമനങ്ങൾ ശരിയാണെന്നും പരീക്ഷണങ്ങൾ ശരിയായിത്തന്നെ മുന്നോട്ടു പോകുമെന്നും ഞാൻ ശരിക്കും കരുതി. സ്ഥിരോത്സാഹത്തിന്റെ അഭാവം സാധാരണ എന്നെ തടസ്സപ്പെടുത്താറുണ്ട്. പക്ഷേ, ഇപ്രാവശ്യം പിന്തിരിയാൻ ഞാൻ തയാറായിരുന്നില്ല. അടുക്കളയിലെ ഫ്രിഡ്ജിൽ ഘനീഭവിപ്പിച്ചിരുന്ന ഹിമക്കട്ടകളെ അതികൃത്യമായ ഒരു സൂക്ഷ്മദർശിനി വാടകയക്കെടുത്ത് നിരീക്ഷണ വിധേയമാക്കുകയായിരുന്നു ആദ്യപടി യായി ചെയ്തത്. മുറിയുടെ ഊഷ്മാവിൽ ചിത്രങ്ങളെടുത്തിരുന്നതിനാൽ ഹിമക്കട്ടകൾ പെട്ടെന്നുരുകാൻ തുടങ്ങി. പരലുകളുടെ ചിത്രങ്ങളെടു ക്കാൻ വളരെ കഷ്ടിച്ചു സമയം പോലും ഞങ്ങൾക്കു ലഭിക്കാതായി.

എല്ലാ വൈകുന്നേരവും എന്റെ യുവഗവേഷകനെ ഭക്ഷണത്തിനു വിളിച്ച് കഴിയുന്നത്ര പ്രോത്സാഹിപ്പിച്ചുകൊണ്ടിരുന്നു. കഴിവിന്റെ പരമാവധി മാത്രം അയാളിൽനിന്നു പ്രതീക്ഷിക്കുന്നതായി ഞാൻ ഓർമിപ്പിച്ചുവന്നു.

രണ്ടു മാസത്തെ പരീക്ഷണങ്ങൾക്കു ശേഷം ഒരു ഫോട്ടോച്ചിത്രം ലഭിക്കുന്നതിൽ ഞങ്ങൾ വിജയിച്ചു. മനോഹരമായ ഒരു ഷഡ് കോണ പരലിന്റെ ചിത്രം ജലം ഞങ്ങൾക്കു സമ്മാനിച്ചു. ഈ വാർത്തയുമായി ഗവേഷകൻ എത്തിയപ്പോൾ ഞാൻ വിസ്മയത്തിൽ മുങ്ങിപ്പോയി.

5ഡിഗ്രി സെ. (23°^m) ഊഷ്മാവ് നിലനിർത്താൻ ശേഷിയുള്ള, കൊണ്ടുനടക്കാവുന്ന വലിയൊരു ഫ്രിഡ്ജ് അപ്പോഴേയ്ക്കും ഞാൻ സ്വന്തമാക്കിയിരുന്നു. പക്ഷേ, എല്ലാറ്റിന്റെയും തുടക്കം ആ ആദ്യ ചിത്ര

ത്തിൽ നിന്നായിരുന്നു. ഞങ്ങളുടെ രീതികളുടെ പരിമിതിയിൽ ആ ആദ്യ ചിത്രത്തിന്റെ നേട്ടം അതിശയകരമായിരുന്നു.

ഹൃദയം അംഗീകരിക്കുന്ന സാധ്യതയേ എപ്പോഴും സാധ്യമാവൂ. നിശ്ചയദാർഢ്യമാണ് അതു സാധ്യമാക്കുന്നത്. മനസ്സിലെ ഭാവന നമ്മുടെ യാഥാർഥ്യമായിത്തീരുന്നു. ജലത്തിൽ നിന്ന് ഞാൻ മനസ്സിലാക്കിയ പല കാര്യങ്ങളിൽ ഒന്ന് അതാണ്!

5

ഞാനെടുത്ത പരൽച്ചിത്രങ്ങൾ ലോകത്തെ വാചാലമായി പ്രകാശിപ്പിക്കാൻ പര്യാപ്തമാണെന്ന് തെളിയിക്കപ്പെട്ടു. അവയിലെ ആഴത്തിലുള്ള ദർശനം ഞാൻ തിരിച്ചറിഞ്ഞു. ഊഷ്മാവിന്റെ വർദ്ധനയിൽ 2030 നിമിഷങ്ങൾകൊണ്ട് പരലുകൾ ഉരുകാൻ തുടങ്ങുന്നു. പ്രപഞ്ചസത്യങ്ങൾ ആകൃതി പൂണ്ട് അല്പനിമിഷം മാത്രം ദർശനീയമാകുന്നു. ലോകത്തിന്റെ മാന്ത്രികതയിലേയ്ക്ക് ഒരു മിന്നൽ ദർശനം മാത്രം കാലത്തിന്റെ ഈ ചെറു വാതായനത്തിലൂടെ നമുക്കു ലഭിക്കുന്നു.

പരൽച്ചിത്രങ്ങളെടുക്കാൻ സാധിച്ചതെങ്ങനെയെന്ന് ഞാനൊന്നു വിശദമാക്കാം.

50വിവിധ *പെട്രി പാത്രങ്ങളിൽ (Petri dishes) 50 തരം ജലം ഞാൻ നിറച്ചു (ആദ്യ വർഷങ്ങളിൽ നൂറെണ്ണമാണ് ഉപയോഗിച്ചിരുന്നത്.) മൂന്നു മണിക്കൂർ 20° സെ. (4^m) ഊഷ്മാവിൽ ഫ്രീസറിൽ വച്ച് ഞാനവ ഘനീഭവിപ്പിച്ചു. ജലത്തിന്റെ പ്രതല വലിവ് (Surface tension) ഒരു മില്ലി മീറ്റർ കുറുകെ വലിപ്പമുള്ള ഹിമബിന്ദുക്കളായി പെട്രിപാത്രത്തിൽ രൂപപ്പെടുന്നതായിരുന്നു ഫലം. ഓരോ തുള്ളിയുടെയും നെറുകയിൽ പ്രകാശം തെളിയിക്കുമ്പോൾ പരലുകൾ വ്യക്തമായി കാണാം.

തീർച്ചയായും 50 സദൃശപരലുകളായിരുന്നില്ല ഫലം. ചിലപ്പോൾ പരലുകൾ രൂപപ്പെടുകയേ ചെയ്തില്ല. പരലുകളുടെ രൂപീകരണം രേഖപ്പെടുത്തുമ്പോൾ വിവിധ ജലങ്ങൾ വ്യത്യസ്തങ്ങളായ പരലുകളാണ് രൂപപ്പെടുത്തിയതെന്ന് മനസ്സിലായി. ചിലത് തികച്ചും സദൃശം, ചിലതു കോലം കെട്ടവ. ചില ജലത്തിൽനിന്ന് പരലുകളേ ഉണ്ടായില്ല. വിവിധ പ്രദേശങ്ങളിൽ നിന്നു ശേഖരിച്ച കുഴൽവെള്ളത്തിന്റെ പരലുകളാണ് ഞാനാദ്യം നിരീക്ഷിച്ചത്. ടോക്യോവിൽ നിന്നുള്ള ജലത്തിന്റെ കാര്യം ശോചനീയമായിരുന്നു. ഒറ്റ മുഴുപ്പരൽ പോലും അതിൽനിന്നു രൂപപ്പെട്ടില്ല. അണുവിമുക്തമാക്കാൻ കുഴൽവെള്ളത്തിലുപയോഗിക്കുന്ന

(ബാക്ടീരിയ വളർത്തുന്ന പാത്രം)

ക്ലോറിൻ ശുദ്ധജലത്തിന്റെ ഘടന പരിപൂർണ്ണമായി നശിപ്പിക്കുന്നു.

എങ്ങനെയായാലും ശുദ്ധജലത്തിൽ നിന്ന്, ഏതു സ്രോതസ്സിൽ (നീരുറവകൾ, ഭൂഗർഭനദികൾ, ഉപരിതല നദീജലം, മഞ്ഞുതരികൾ) നിന്നു ശേഖരിച്ചവയായാലും മുഴുപ്പരലുകൾ രൂപപ്പെട്ടു.

ഹിമപരലുകളുടെ ചിത്രമെടുക്കലും ഗവേഷണങ്ങളും തുടർന്നു. അതിനിടയിൽ ഒരുദിവസം എന്റെ സഹഗവേഷകൻ വഴിവിട്ട ഒരു നിർദ്ദേശം മുന്നോട്ടുവച്ചു: 'സംഗീതത്തിനു നേരെ വച്ച ജലത്തിന് എന്തു സംഭവിക്കുന്നു എന്നു നമുക്കു നോക്കിക്കൂടേ?'

സംഗീതതരംഗങ്ങൾക്ക് ജലത്തിനുമേൽ സ്വാധീനം ചെലുത്താനാവുമെന്ന് എനിക്കറിയാമായിരുന്നു. സംഗീതരസികത്തംകൊണ്ടും ചെറുപ്പത്തിലേ സംഗീതജ്ഞനാവണമെന്ന മോഹം മനസ്സിൽ സൂക്ഷിച്ചിരുന്നതുകൊണ്ടും ആ പരീക്ഷണത്തിന് ഞാൻ പെട്ടെന്ന് സമ്മതം മൂളി.

ഏതു സംഗീതം ഉപയോഗിക്കണമെന്നോ ഏതു പരിതഃസ്ഥിതിയിൽ പരീക്ഷണം നടത്തണമെന്നോ ആദ്യം ഒരു രൂപവുമുണ്ടായിരുന്നില്ല. നിരന്തര ഗുണശോധനാവൃത്തിക്കുശേഷം ഉത്തമവും ലളിതവുമായ ഒരു പോംവഴിയിലേയ്ക്ക് ഞങ്ങളെത്തിച്ചേർന്നു. ഒരു സാധാരണ മനുഷ്യൻ കേൾക്കുന്ന ഒച്ചയിൽ ക്രമപ്പെടുത്തിയിട്ടുള്ള രണ്ടുച്ചഭാഷിണി കളുടെ നടുക്ക് മേശപ്പുറത്തായി ഒരു കുപ്പി വെള്ളം വച്ച് പരീക്ഷണം നടത്തുക. മുമ്പുപയോഗിച്ച എല്ലാതരം ജലങ്ങളിലും പരീക്ഷണം തുടരാനും ഞങ്ങൾ തീർച്ചയാക്കി.

ഒരു മരുന്നുകടയിൽ നിന്നുവാങ്ങിയ ശുദ്ധീകരിച്ച ജലത്തിലാണ് ആദ്യപരീക്ഷണം നടത്തിയത്. ഫലം ഞങ്ങളെ സ്തബ്ധരാക്കി. ബീഥോവന്റെ ശുദ്ധവും സ്ഫുടവുമായ ഇടയസിംഫണിക്കുനേരെ വച്ചിരുന്ന ജലത്തിൽനിന്ന് രൂപപ്പെട്ട പരലുകൾ രൂപത്തികവുകൊണ്ടും മനോഹാരിതകൊണ്ടും ഉജ്ജ്വലമായിരുന്നു. മൊസാർട്ടിന്റെ സൗന്ദര്യത്തോടുള്ള അർച്ചനയായ 40ാം സിംഫണി നിർമ്മിച്ച പരലുകൾ ആർദ്രവും അഴകൊഴുകുന്നതുമായിരുന്നു. ചോപ്പിന്റെ പത്താം ഓപ്പറയിലെ മൂന്നാം ഗീതത്തിനു നേരെ രൂപപ്പെട്ട പരലുകളിലെ സ്നേഹോഷ്മളത ഞങ്ങളെ വിസ്മയിപ്പിച്ചു.

ആകൃതി തികഞ്ഞ സവിശേഷഭംഗികളോടെയാണ് ക്ലാസിക്കൽ സംഗീതകൃതികൾക്കു നേരെ പരലുകൾ രൂപപ്പെട്ടത്. കാതടപ്പിക്കുന്ന സംഗീതകോലാഹലങ്ങൾ രൂപപ്പെടുത്തിയ പരലുകൾ നുറുങ്ങി വികൃതമായവയായിരുന്നു.

ഞങ്ങൾ പരീക്ഷണങ്ങൾ നിർത്തിയില്ല. വിവിധ വാക്കുകളും പ്രയോഗങ്ങളും എന്തു സ്വാധീനമുണ്ടാക്കും എന്നതായി അടുത്ത ചിന്ത. നന്ദി, വിഡ്ഢി തുടങ്ങിയ വാക്കുകൾ ചെറുകടലാസു കഷണങ്ങളിലെഴുതി എഴുത്തു ജലത്തിനു നേരെ വരുംവിധം കുപ്പികളിലൊട്ടിച്ച് പരീക്ഷണം നടത്തി. ജലത്തിനു വായിക്കാനും എഴുതാനും അവയുടെ അർത്ഥം ഉൾക്കൊണ്ട് രൂപം മാറാനും കഴിയുമെന്നു വിശ്വസിക്കുന്നത് യുക്തിപൂർണ്ണമല്ലെന്ന് എനിക്കറിയാമായിരുന്നു. പക്ഷേ, സംഗീതം ഉപയോഗിച്ചുള്ള പരീക്ഷണങ്ങളിൽ നിന്ന് അസാധാരണമായത് സാധ്യമാണെന്നും ഞാൻ മനസ്സിലാക്കിയിരുന്നു. ഭൂപടത്തിലാക്കാത്ത ഒരു വനത്തിലൂടെ പര്യവേക്ഷണത്തിനു പുറപ്പെട്ട സഞ്ചാരികളാണോ ഞങ്ങളെന്നു തോന്നി. പരീക്ഷണഫലങ്ങൾ ഞങ്ങളെ നിരാശപ്പെടുത്തിയില്ല. 'നന്ദി' എന്ന വാക്കിനു നേരെയുണ്ടായ പരൽ ഷഡ്കോണാകൃതി യിൽ അതിസു ന്ദരമായിരുന്നു. 'വിഡ്ഢി'ക്കു നേരെയുണ്ടായ പരലാകട്ടെ കോലാഹല സംഗീതത്തിൽ നിന്നുണ്ടായതുപോലെ നുറുങ്ങി, വികൃതമായി.

'നമുക്കതു ചെയ്യാം' തുടങ്ങിയ വ്യക്തമായ ആശയപ്രകാശനങ്ങളിൽ നിന്ന് ദൃഢവും ആകർഷകവുമായ പരലുകൾ രൂപപ്പെടുന്നതും 'അതുചെയ്യ്' തുടങ്ങിയ അവ്യക്തശബ്ദപ്രയോഗങ്ങളിൽനിന്ന് പരലുകളേ രൂപപ്പെടാതിരിക്കുന്നതും ഞങ്ങൾ കണ്ടു.

വാക്കുകളുടെ ശക്തിയെക്കുറിച്ചാണ് ഈ പരീക്ഷണഫലങ്ങൾ ഞങ്ങളെ ബോധ്യപ്പെടുത്തിയത്. നല്ല വാക്കുകളുടെ കമ്പനത്തിന് ക്രിയാ ത്മകസ്വാധീനവും ചീത്തവാക്കുകൾക്ക് സംഹാരാത്മക സ്വാധീനവും ലോകത്തിൽ ചെലുത്താനാവും.

6

ജലത്തെക്കുറിച്ചുള്ള പഠനം പ്രപഞ്ചപ്രക്രിയയിലേയ്ക്കുള്ള സാഹ സികയാത്രയാണ്. ജലത്തിലൂടെ വെളിവാക്കപ്പെട്ട പരലുകൾ പ്രപഞ്ച ത്തിന്റെ മറ്റൊരു മാനത്തിലേയ്ക്കുള്ള ചവിട്ടുപടികളുമാണ്. പ്രപഞ്ചത്തി ന്റെ ആഴപ്പൊരുളുകളിലേയ്ക്കുള്ള ചവിട്ടുപടികൾ കയറുകയാണ് ഞങ്ങ ളെന്ന് തുടർച്ചയായ പരീക്ഷണങ്ങൾ തെളിയിച്ചുകൊണ്ടിരുന്നു.

ഒരു ഫോട്ടോ ഞാൻ പ്രത്യേകം ഓർക്കുന്നു. അതാണ് ഇതുവരെ കണ്ടിട്ടുള്ളതിൽ ഏറ്റവും സുന്ദരവും മനം മയക്കുന്നതുമായ പരൽ. 'സ്നേഹവും കൃതജ്ഞതയും' എന്ന വാക്കുകൾക്കു നേരെ നിർമ്മിച്ചെടു

ത്ത പരലുകളാണവ. താരുണ്യത്തിന്റെ ആ കുസുമം നിർമ്മിച്ചതിൽ ജലം ആഹ്ലാദിക്കുകയും ആഘോഷിക്കുകയും ചെയ്തിരുന്നു എന്നു തോന്നിപ്പി ക്കുന്ന തരത്തിൽ രമണീയം. അതിന്റെ സൗന്ദര്യം ആ നിമിഷം മുതൽ എന്റെ ജീവിതം ആകെ മാറ്റിമറിക്കാൻ മാത്രം ശക്തമായിരുന്നു.

മനുഷ്യാത്മാവിന്റെ നൈർമല്യത്തെക്കുറിച്ചും 'സ്നേഹ'ത്തിനും 'കൃതജ്ഞത'യ്ക്കും ലോകത്തിന്റെ മേലുള്ള സ്വാധീനശക്തിയെക്കുറിച്ചും ജലം എന്നെ പഠിപ്പിച്ചു.

ആത്മാവിന്റെ വാക്കുകൾ 'കോട്ടോദാമ' (വാക്കുകളുടെ ചൈതന്യം) എന്ന പ്രാണനിലാണ് സ്ഥിതിചെയ്യുന്നതെന്ന് ജപ്പാൻകാർ വിശ്വസിക്കുന്നു. ഭാഷണപ്രക്രിയയ്ക്ക് ലോകത്തെ മാറ്റാനുള്ള കഴിവുണ്ടെന്നും അവർ പറയുന്നു. നാം ചിന്തിക്കുന്നതിലും അനുഭവിക്കുന്നതിലും വാക്കുകൾക്ക് അസാധാരണമായ സ്വാധീനമുണ്ടെന്ന് നമുക്കറിയാം. ശുഭവചന ങ്ങൾ ലോകത്തെ സുഗമമായി മുന്നോട്ടു നയിക്കുന്നു. അതെന്തായാലും ഇച്ഛാശക്തിയുള്ള വാക്കുകളുടെ സ്വാധീനശക്തിയെക്കുറിച്ച് ഭൗതിക സാക്ഷ്യങ്ങൾ നമുക്കു ലഭിച്ചിട്ടില്ല.

ആത്മാവിന്റെ പ്രകാശനമാണ് വാക്കുകൾ. ആത്മാവിന്റെ സ്ഥിതി വിശേഷമാകട്ടെ നമ്മുടെ ശരീരത്തിന്റെ 70 ശതമാനം രൂപപ്പെടുത്തുന്ന ജലവുമായി ബന്ധപ്പെട്ടുകിടക്കുന്നു.

ഇതൊരിക്കലും ശാരീരികാവസ്ഥയെ സ്വാധീനിക്കില്ല. നല്ല ആരോഗ്യമുള്ളവർക്ക് നല്ല ചൈതന്യവുമുണ്ടാകും. ആരോഗ്യമുള്ള ശരീരത്തിലാണ് ഉറച്ച മനസ്സുണ്ടാവുക എന്നത് തീർച്ചയാണ്.

രോഗികളെ അവരുടെ ആരോഗ്യസ്ഥിതിയിലേയ്ക്കു തിരിച്ചു കൊണ്ടുവരാനും അതു നിലനിർത്താനും അവരെ ശുശ്രൂഷിക്കുന്നതിൽ വർഷ ങ്ങളോളം ഞാൻ ഏർപ്പെട്ടിട്ടുണ്ട്. ഞാൻ കണ്ട ആതുരരുടെ എണ്ണം എത്ര കൂടിയിട്ടുണ്ടോ അത്രയ്ക്കു ബോധ്യമായിട്ടുള്ള കാര്യം രോഗാവസ്ഥ ഒരു വൈയക്തിക പ്രശ്നമല്ല എന്നതാണ്. ലോകത്തിന്റെ മൊത്തത്തിലുള്ള കോലം കെടലുമായി ബന്ധപ്പെട്ടതാണ് ഈ വിഷയം.

നാം ജീവിക്കുന്ന ലക്ഷണംകെട്ട ഈ ലോകത്തിനുവേണ്ടി എന്തെങ്കിലും ചെയ്തില്ലെങ്കിൽ, മുറിവേറ്റ നമ്മുടെ ആത്മാവിന്റെ മുറിവുണക്കാനായില്ലെങ്കിൽ ശാരീരികാസ്വസ്ഥതകൾ കൊണ്ട് കഷ്ടപ്പെടുന്നവരുടെ എണ്ണം കുറയാൻ പോകുന്നില്ല. എന്തൊക്കെയാണ് ഈ ലോകത്തിന്റെ ലക്ഷണക്കേടുകൾ? ആത്മാവിന്റെ ഈ വൈരൂപ്യങ്ങൾക്ക് പ്രപഞ്ചത്തി

ന്റെ മേലും സ്വാധീനമുണ്ട്. ഒരു ചെറിയ വീഴ്ച കുളത്തിലുണ്ടാക്കുന്ന ഇരമ്പം അലകൾ തീർത്ത് പടരുന്നതുപോലെ ഒരാത്മാവിന്റെ തകർച്ച പോലും ലോകം മുഴുവൻ പടർന്ന് ആഗോളനാശത്തിന് വഴി വെച്ചേക്കാം.

പക്ഷേ, എല്ലാം നഷ്ടപ്പെട്ടിട്ടില്ല. പ്രതീക്ഷയ്ക്കുള്ള വക ഇനിയുമുണ്ട്. മുക്തിക്കുള്ള മാർഗം – അതിന്റെ പേരാണ്: 'സ്നേഹവും കൃതജ്ഞതയും.'

ലോകം തിരക്കുന്നു. അതിനു സുന്ദരമാകണം. ആകാവുന്നതിന്റെ അങ്ങേയറ്റത്തെയത്ര സുന്ദരം. മനുഷ്യനെ ജലമായി നിർവചിക്കാമെന്ന് മുമ്പു പറഞ്ഞു. പരൽച്ചിത്രങ്ങൾ ദർശിക്കുന്നവരിലെ ജലം ഗുണപരമായ ഒരു മാറ്റത്തിലൂടെ കടന്നുപോകുന്നുണ്ടെന്ന് ഞാൻ ഉറച്ചുവിശ്വസിക്കുന്നു.

മാത്രമല്ല, ഏറ്റവും സുന്ദരമായ പരൽ ഞാൻ കണ്ടു പിടിച്ചിട്ടുണ്ട്. 'സ്നേഹവും കൃതജ്ഞത'യും നിർമിച്ച പരൽ. ലോകത്തിലെ എല്ലാ മത ങ്ങളും ഇതു തന്നെയായിരിക്കണം കണ്ടുപിടിച്ചിട്ടുള്ളത്. അതു യാഥാർഥ്യമാണെങ്കിൽ നിയമങ്ങളുടെ ആവശ്യമില്ല. ഉത്തരം നിങ്ങൾ അറിഞ്ഞു കഴിഞ്ഞു. സ്നേഹവും കൃതജ്ഞതയുമാണ് ലോകത്തിന് വഴികാട്ടിയാവേണ്ട വാക്കുകൾ.

നാം നമ്മുടെ ജീവിതം എങ്ങനെ നയിക്കണമെന്ന് ജലം വ്യക്തമായി നമ്മെ പഠിപ്പിക്കുന്നു. ജലത്തിന്റെ കഥ ഓരോ വ്യക്തികോശങ്ങളിൽനിന്നും സ്രവിച്ച് പ്രപഞ്ചം മുഴുവൻ ആവേശിക്കുന്നു. ഈ നാടകത്തിന്റെ ചുരുളഴിച്ചപ്പോൾ എനിക്കുണ്ടായ വിസ്മയവും പ്രത്യാശയും നിങ്ങൾക്കുമുണ്ടാകുമെന്ന് ഞാൻ പ്രതീക്ഷിക്കട്ടെ!

പ്രപഞ്ചം ഉണ്ടാക്കിയതെന്തുകൊണ്ട്?

അടിസ്ഥാനപരമായി നാം ജലമാണെന്ന അറിവാണ് പ്രപഞ്ചരഹസ്യങ്ങളിലേയ്ക്കുള്ള താക്കോൽ. ഈ പുതിയ കാഴ്ചപ്പാടിലൂടെ ചുറ്റുമുള്ള ലോകത്തെ പുനഃപരിശോധിച്ചാൽ കാര്യങ്ങൾ മുമ്പു കാണാത്ത രീതിയിൽ തെളിഞ്ഞുവരും.

ഒരു വ്യക്തിയുടെ ജീവിതത്തിൽ ഉടനീളം ചുരുളഴിയുന്ന സംഭവങ്ങൾ ജലത്തിൽ പ്രതിഫലിക്കുന്നവ കൂടിയാണ്. വ്യക്തിയും സമൂഹവും ചേർന്ന് ഒരു മഹാസാഗരം രൂപപ്പെടുത്തുന്നു. ഒറ്റത്തുള്ളികൾ അർപ്പിച്ച് സമുദായസാഗരത്തിന്റെ നിർമ്മാണത്തിൽ നമ്മളും പങ്കാളികളാവുന്നു.

ജലം നമുക്കായി കരുതിയിട്ടുള്ള സന്ദേശങ്ങൾ കഴിയുന്നത്ര ആളുകളുടെ ചെവിയിൽ എത്തിക്കണമെന്നാണ് എന്റെ ആഗ്രഹം. പരലുകളുടെ ഫോട്ടോച്ചിത്രങ്ങൾ ഞാൻ പ്രസിദ്ധീകരിക്കാൻ തീരുമാനിച്ചത് അതുകൊണ്ടാണ്. ഒരേയൊരു തുള്ളിയാണ് എന്റെ യത്നവീതം. എന്നാൽ, അതുണ്ടാക്കിയ ഇളക്കം അലയലയായി എന്റെയും മറ്റു പലരുടെയും ജീവിതത്തെ ചലിപ്പിച്ചു.

അസാധാരണമായ ഉദ്യമങ്ങളുടെ നീണ്ട 6 വർഷങ്ങൾക്കൊടുവിലാണ് 1999 ൽ ഞാനാദ്യമായി ചിത്രങ്ങൾ പ്രസിദ്ധീകരിച്ചത്. ഫോട്ടോശേഖരത്തിന്റെ ഒരു വന്മല ആറു വർഷക്കാലം ഓഫീസിൽ വെറുതെ ഇരിക്കയായിരുന്നു.

പ്രസിദ്ധീകരണത്തിനായി ചില പ്രത്യേക ക്രമങ്ങളിൽ അടുക്കിയെടുക്കുമ്പോഴാണ് കൺമുന്നിൽ ഒരു കഥയുടെ ചുരുളഴിഞ്ഞത്. ഓരോ പരലും മഹത്തായ ഒരദ്ഭുത കഥ എന്നോടു പറയാൻ ശ്രമിക്കുന്നതുപോലെ തോന്നി.

ചിത്രങ്ങൾ പ്രസിദ്ധീകരിക്കേണ്ടതിന്റെ ആവശ്യകത മനസ്സിനെ ഉലച്ചപ്പോൾ പല പ്രസാധകരുമായി ഞാൻ സംസാരിച്ചു. അവരിൽ നിന്നു ലഭിച്ച തണുത്ത പ്രതികരണവും തള്ളിക്കളയാനുള്ള ശ്രമവും എന്റെ നിശ്ചയദാർഢ്യത്തെ തളർത്തിയില്ല. സ്വന്തം ചെലവിൽത്തന്നെ പ്രസിദ്ധീ

കരിക്കാൻ ഞാൻ തീരുമാനിച്ചു. ചിത്രങ്ങൾ അച്ചടിച്ച് പുസ്തകരൂപത്തിലാ ക്കാൻ പ്രയാസം തോന്നിയില്ലെങ്കിലും ജപ്പാനിലെ പുസ്തകവിതരണ സമ്പ്രദായത്തിനിടയ്ക്ക് പിടിച്ചു നിൽക്കാനാവുമോ എന്ന സംശയ മുണ്ടായി.

ഒരു വല്ലാത്ത കടമ്പ തന്നെയായിരുന്നെങ്കിലും അതിനോടു മല്ലിടാൻ തന്നെ തീരുമാനിച്ചു. പുസ്തകം പൂർണരൂപത്തിലായപ്പോൾ പൊതിഞ്ഞ് നൂറുകണക്കിനു സുഹൃത്തുക്കൾക്കും മുൻകൂട്ടി ബുക്കു ചെയ്തിരുന്ന പരിചയക്കാർക്കും അയച്ചുകൊടുത്തു. അയച്ച് അധികം കഴിയുന്നതിനു മുമ്പ് അസാധാരണമായ ഒന്ന് സംഭവിച്ചു. മുൻകൂർ ബുക്കു ചെയ്തിരുന്ന വർ വീണ്ടും വീണ്ടും പുസ്തകം ആവശ്യപ്പെടാൻ തുടങ്ങി. അവർ അവരു ടെ സുഹൃത്തുക്കളോടും പരിചയക്കാരോടും അവരിൽ നിന്നു മറ്റു പലരി ലേയ്ക്കും പുസ്തകത്തിന്റെ ഖ്യാതി പരത്തി. ചിലർ അഞ്ചും പത്തും പുസ്തകങ്ങൾ വാങ്ങി വേണ്ടപ്പെട്ടവർക്കു വിതരണം ചെയ്തു. കുളത്തിൽ വീണ ഒരു തുള്ളി അലമാലകളായി പടർന്നേറുന്നതുപോലെ തോന്നി.

എന്റെ അഭിലാഷങ്ങൾ കുതിച്ചുയർന്നു. ലോകത്തിന്റെ നാനാഭാഗ ങ്ങളിലേയ്ക്കും ചിത്രപ്പുസ്തകത്തിന്റെ ഉള്ളടക്കം എത്തിച്ചേരണമെന്ന് ഞാൻ തീരുമാനിച്ചു. എന്റെ എല്ലാ വിവരണങ്ങളും ഇംഗ്ലീഷിലാക്കാൻ ഒരു സ്ഥാപനത്തെ കണ്ടെത്തി. എന്നെ ആനന്ദിപ്പിച്ചുകൊണ്ട് ലോക ത്തിന്റെ പല ഭാഗത്തുമുള്ളവർ പുസ്തകം കണ്ടു. പിന്നീട് എന്റെ ദ്വിഭാഷി യായിത്തീർന്ന ഷിസുക്കോ ഔഹേന്റ് എന്ന സ്ത്രീ യൂറോപ്പിലും അമേരി ക്കയിലുമുള്ള അവരുടെ സുഹൃത്തുക്കൾക്ക് പുസ്തകം അയച്ചു കൊടു ത്തു. പുസ്തകത്തിലെ ചിത്രങ്ങൾ കാണാനിടവന്നവർ അവരവരുടെ രാജ്യം സന്ദർശിക്കാനും പ്രഭാഷണം നടത്താനും എന്നെ ക്ഷണിച്ചു തുടങ്ങി. ഈ വർഷങ്ങളിൽ സ്വിറ്റ്സർലാന്റ്, ജർമനി, ഓസ്ട്രേലിയ, നെതർലാൻഡ്, ഇറ്റലി, ഇംഗ്ലണ്ട്, യു.എസ്.എ, കാനഡ തുടങ്ങി പല രാജ്യങ്ങളിലും പോകാനും പരലുകൾ പരിചയപ്പെടുത്താനും എനിക്കു അവസരം ലഭിച്ചു.

എല്ലാം ശരിയായ സമയത്തു നടക്കുന്നതു പോലെ തോന്നി. നാം കുടുങ്ങിക്കിടക്കുന്ന താറുമാറായ ലോകത്തിന്റെ വ്യക്തമായ ചിത്രം ലഭി ക്കാൻ എല്ലാവരും ആഗ്രഹിച്ചിരുന്നു.

ഞാനെടുത്ത ചിത്രങ്ങളിൽ നിന്ന് വളരെ കുറച്ചു മാത്രമാണ് ഇവിടെ പരിചയപ്പെടുത്തുന്നത്. അവയിൽ ചിലത് വെള്ളത്തിന്റെ സന്ദേശങ്ങൾ എന്ന കൃതിയിലും രണ്ടാമത്തെ ശേഖരത്തിലുള്ളവ

അതിന്റെ രണ്ടാം ഭാഗത്തിലും ഉൾപ്പെടുത്തിയിട്ടുണ്ട്. ബാക്കിയുള്ളവ ഈ പുസ്തകത്തിനു വേണ്ടി എടുത്തവയാണ്. വാക്കുകൾ, ചിത്രങ്ങൾ, സംഗീതം എന്നിവയ്ക്ക് ജലത്തിൻമേലുള്ള സ്വാധീനം നിങ്ങൾക്കുതന്നെ സ്വയം മനസ്സിലാക്കാം.

ഈ ചിത്രങ്ങൾ ദർശിച്ച ജപ്പാനിലെയും ഇതരരാജ്യങ്ങളിലെയും ആളുകൾ അവരുടെ നിഗമനങ്ങളും ചിന്താഗതികളും കത്തുകളിലൂടെ എന്നെ അറിയിച്ചു. കുളത്തിലേയ്ക്കു ഞാനെറിഞ്ഞ ചെറുകല്ല് തിരമാലകൾ സൃഷ്ടിച്ച് എന്നിലേയ്ക്കു തന്നെ തിരിച്ചെത്താൻ തുടങ്ങി.

മനുഷ്യന്റെ അവബോധത്തിനും വാക്കുകൾക്കും പരൽരൂപീകരണത്തിൽ ഊർജ്ജം പകരാൻ ശക്തിയുണ്ടെന്ന അറിവ് പലരിലും ചലനങ്ങളുളവാക്കിയത് എന്നെ വിസ്മയിപ്പിച്ചു- വാക്കുകൾക്കും വിചാരങ്ങൾക്കും ജലത്തെയും മറ്റു വസ്തുക്കളെയും മാറ്റിമറിക്കാൻ കഴിവുണ്ടെന്ന ആശയത്തിന് ഒരു നവീന മതത്തിന്റെയോ ദർശനത്തിന്റെയോ ഛായയുണ്ടായിരുന്നിട്ടു കൂടി.

വിശ്വസൗന്ദര്യത്തെ അനാവരണം ചെയ്യാൻ ചില വെള്ളം പരലിന്റെ ഉജ്ജ്വലരൂപം കൈക്കൊണ്ടു. ചില വെള്ളമാകട്ടെ ആത്മാവിൽ ഉറങ്ങിക്കിടക്കുന്ന ഇരുണ്ട ശൂന്യസ്ഥലങ്ങളെ ബോധ്യപ്പെടുത്താൻ കോലംകെട്ടു രൂപപ്പെടുകയോ പരലുകളാകാനാവാതെ തകരുകയോ ചെയ്തു.

പ്രഭാഷണങ്ങൾക്കിടയ്ക്ക് ഹിമപരൽച്ചിത്രങ്ങളുടെ സ്ലൈഡുകൾ കാണിച്ചിരുന്നു. ഈ തുടർ ദൃശ്യങ്ങളോട് ആളുകൾ പ്രതികരിച്ചത് വിവിധരീതിയിലായിരുന്നു. ചിലർ വിസ്മയംകൊണ്ട് നെടുവീർപ്പിടുന്നതും മറ്റു ചിലർ വേദന താങ്ങാനാവാതെ കണ്ണീരൊഴുക്കുന്നതും ഞാൻ കണ്ടു. ഒരു തുള്ളി വെള്ളത്തിന് വ്യക്തിയിൽ എത്ര കല്ലോലങ്ങളുണ്ടാക്കാമെന്ന് ഞാൻ കണ്ടറിഞ്ഞു.

ആദ്യപ്രഭാഷണത്തിന് സ്വിറ്റ്സർലാന്റിലേയ്ക്ക് എന്നെ ക്ഷണിച്ച മാനുവേലാ കിം എന്ന വനിത ചിത്രങ്ങളോടുള്ള തന്റെ പ്രതികരണം ഇങ്ങനെ രേഖപ്പെടുത്തി.

'ജലപരൽച്ചിത്രങ്ങളുടെ അദ്ഭുതം സ്വന്തം കണ്ണുകൾകൊണ്ട് ഞങ്ങൾക്കു കാണാം. തൽഫലമായി ബോധം അതിദ്രുതമായ ഒരു കുതിച്ചുചാട്ടം നടത്തി. അനുക്ഷണമാണ് തന്നറിവിന്റെ ഈ ഉണർച്ച സംഭവിക്കുന്നത്. ഞങ്ങളുടെ കണ്ണുകളിൽ ത്വരിതപ്പെടുന്ന മാറ്റത്തിലൂടെ അറിഞ്ഞതും ആലോചിച്ചതുമായ എല്ലാം ദ്രഷ്ടവ്യമാണ്'

വേറൊരു സ്വിസ്ഡർലണ്ടുകാരന്റെ പ്രതികരണം:

'ബോധത്തിന്റെയും വാക്കുകളുടെയും ഊർജ്ജത്തിന് കൺമുന്നിലുള്ള വസ്തുക്കളെപ്പോലും മാറ്റാനാവുമെന്ന് ഈ ചിത്രങ്ങളിൽ നിന്നു ഞാൻ മനസ്സിലാക്കുന്നു. ബോധത്തിനു പിടിതരാത്ത ഊർജ്ജത്തെ ദർശി ക്കാൻ ആദ്യത്തേതും ഏകവുമായ മാർഗമാണിത്. കാണാത്തതു വിശ്വസി ക്കാൻ കൂട്ടാക്കാത്ത മനുഷ്യന് ഹിമപരലുകൾ എല്ലാം കാണിച്ചു കൊടുക്കുന്നു. വിശ്വസിക്കുന്നതോ അവിശ്വസിക്കുന്നതോ എന്ന് ഇനി പറയാനാവില്ല. ഈ മാർഗമുപയോഗിച്ച് സ്വയം പരീക്ഷണം നടത്തി കണ്ടുപിടിക്കാൻ നമുക്കു സാധിക്കും.'

ഒരു ജപ്പാൻ വായനക്കാരൻ എഴുതി:

'മറ്റൊരു പദാർത്ഥം മാത്രമല്ല ജലം. മഹാപ്രകൃതിയുടെ ജീവച്ഛക്തി തന്നെയാണ്. എല്ലാ ജീവവസ്തുക്കളെയും ശുചീകരിച്ച് പുതു ജീവൻ നൽകാനുള്ള ജലത്തിന്റെ ഗൂഢശക്തി ഒരിക്കൽക്കൂടി ഞാൻ തിരിച്ചറിയുന്നു. പരൽരൂപീകരണത്തിൽ ആത്മാവിനും അനുഭവങ്ങ ൾക്കും പ്രകമ്പനങ്ങൾക്കും ഉള്ള സ്വാധീനവും ഞാനറിയുന്നു. ഇതിലൂടെ ആത്മാവിന്റെയും വാക്കുകളുടെയും പ്രസക്തി ഉൾക്കൊള്ളാൻ എനിക്കു കഴിയും. ഈ അറിവ് അങ്ങേയറ്റം വിസ്മയകരവും അനന്യമാം വിധം ഹൃദയസ്പർശിയുമാണ്.'

ഹിമപരലുകൾക്ക് മനുഷ്യമനസ്സുമായി അഭേദ്യവും ശാശ്വതവുമായ ബന്ധമുണ്ടെന്നത് വ്യക്തമാണ്. ഹിമപരലുകളുടെ സംവേദന ശക്തിയെ പ്പറ്റി ചിന്തിക്കുമ്പോൾ പ്രപഞ്ചരഹസ്യങ്ങളുടെ താക്കോൽ അവയിലു ണ്ടെന്നും അതുപയോഗിച്ച് ശരിയായ പ്രപഞ്ചധർമ്മത്തിലേയ്ക്ക് ബോധ ത്തിന്റെ വാതിൽ തുറന്ന് അവിടെ നമ്മുടെ ഭാഗം എന്താണെന്ന് മനസ്സിലാ ക്കിക്കാൻ കഴിയുമെന്നും ഞാനറിയുന്നു.

ആത്മാവിന്റെ കണ്ണാടിയാണ് ജലം. മാനവികബോധവുമായി ഉൾ ച്ചേർന്നു രൂപപ്പെട്ട അനേകം മുഖങ്ങൾ അതിനുണ്ട്. ആത്മാവിനെ പ്രതി ഫലിപ്പിക്കാൻ ജലത്തിനെങ്ങനെ കഴിയുന്നു? ഇതിനുത്തരം തരുംമുമ്പ് ഒരു കാര്യം നിങ്ങളുടെ മനസ്സിൽ ഉറപ്പിക്കാനുണ്ട്. കമ്പനമാണ് നില നില്പ് (Existence is Vibration)

പ്രപഞ്ചമാസകലം കമ്പനാവസ്ഥയിലാണ്. അതിലെ ഓരോ വസ്തു വും കമ്പനത്തിന്റെ അനന്യമായ ഒരാവൃത്തി നിർമിക്കുന്നു. എനിക്കു പറയാനുള്ളതെല്ലാം ഈ സിദ്ധാന്തത്തിൽ ഊന്നുന്നതാണ്. ജലത്തെ ക്കുറിച്ചുനടത്തിയ നിരന്തരാന്വേഷണം പ്രപഞ്ചത്തിന്റെ അടിസ്ഥാന തത്ത്വം ഇതാണെന്നും എന്നെ പഠിപ്പിച്ചു.

വെറും മൂന്നു വാക്കുകളിൽ ഇക്കാര്യം സംഗ്രഹിക്കാം. ഒരിക്കലും കേൾക്കാത്തവർക്കു പക്ഷേ, അവ അസാധ്യകടമ്പയായിരിക്കും.

ഇപ്പോൾ നിങ്ങൾ ചിന്തിക്കാം. അസ്തിത്വം കമ്പനമാണെന്നോ? ഈ മേശ? ഈ കസേര? എന്റെ ശരീരം? കമ്പനാവസ്ഥയിലാണെങ്കിൽ അവ കാണാനും തൊടാനും പറ്റുന്നതെങ്ങനെ? കൈകൊണ്ടെടുത്തു പരിശോ ധിക്കാവുന്ന കല്ല്, മരം, സിമന്റുകൂട്ട് തുടങ്ങി എല്ലാം വിറച്ചു കൊണ്ടിരി ക്കുകയാണെന്നു വിശ്വസിക്കാൻ വളരെ പ്രയാസം തന്നെ.

പക്ഷേ, ബലതന്ത്രശാസ്ത്രം (Science of quantum mechanics) കമ്പനമല്ലാതെ മറ്റൊന്നുമല്ല എന്ന് അംഗീകരിച്ചു കഴിഞ്ഞു. *ഒരു പദാർഥത്തെ അതിസൂക്ഷ്മരൂപങ്ങളായി പിളർക്കുമ്പോൾ കണികകളുടെയും തരംഗങ്ങളുടെയും തികച്ചും അപരിചിതമായ ഒരു ലോകത്തിലാണ് നാമെത്തിച്ചേരുക.

നിങ്ങളുടെ ശരീരത്തെ അതിസൂക്ഷ്മ രൂപത്തിലാക്കി 'നിങ്ങൾ' എന്ന അദ്ഭുത പ്രപഞ്ചത്തിലേയ്ക്ക് അതിസാഹസികമായ ഒരു യാത്ര നടത്തുന്നു എന്നു കരുതുക. ഓരോ വസ്തുവും ഓരോ കണികകളായി, ഇലക്ട്രോണുകൾ ചുറ്റുന്ന അണുകേന്ദ്രമായി വളരെ വേഗത്തിൽ കാണപ്പെടുന്നു. ഇലക്ട്രോണുകളുടെ എണ്ണവും ആകൃതിയും ഭ്രമണപഥവും ഓരോ പദാർത്ഥത്തിനും ഒരു കൂട്ടം പ്രത്യേക കമ്പനാവൃത്തികൾ നൽകു ന്നു. പദാർത്ഥം ഏതുമാവട്ടെ, അവയൊന്നും സ്ഥിരമല്ലെന്നും അനന്തമായ ഭ്രമണതരംഗങ്ങളാൽ ചുറ്റപ്പെട്ട അണുകേന്ദ്രങ്ങൾ മാത്രമാണെന്നും നിങ്ങൾക്കു കണ്ടുപിടിക്കാനാകും.

അഖിലം അവിരതം ചരിക്കുകയും ചലിക്കുകയും ചെയ്യുന്നു. ഇടയ്ക്ക്, അവിശ്വസനീയമായ വേഗത്തിലും.

ബൗദ്ധവിദ്യയും ഹൃദയ സൂത്രവും അനുസരിച്ച് ദൃശ്യമായത് രൂപമില്ലാത്തതും അദൃശ്യം രൂപമുള്ളതുമാണ്. യുഗങ്ങൾക്കുമുമ്പ് ബുദ്ധൻ പറഞ്ഞ ഈ കാര്യം യാഥാർഥ്യമാണെന്ന് ആധുനികശാസ്ത്രം തെളിയിക്കുന്നു.

നേത്രങ്ങൾകൊണ്ട് പദാർത്ഥങ്ങൾ കാണാം. പക്ഷേ, കമ്പനം കാണാൻ പറ്റില്ല. താഴെ പറയുംവിധം ഒരനുഭവം നിങ്ങൾക്കുണ്ടായിട്ടുണ്ടോ എന്നു ചോദിക്കാൻ ഞാനാഗ്രഹിക്കുന്നു.

തികഞ്ഞ സൗഹൃദത്തിന്റെ ഊഷ്മളതയിൽ ഒരു മുറിയിലിരുന്ന് ഒരാളോടു നിങ്ങൾ സംസാരിക്കുകയാണ്. അപ്പോൾ അവിടേയ്ക്ക് മറ്റൊരാൾ കടന്നുവരുന്നു. വാതിൽ തുറന്ന നിമിഷം മുറിയിലുണ്ടായ മാറ്റം നിങ്ങളെ അലോസരപ്പെടുത്തുന്നു. ഊഷ്മളതയുടെ സ്ഥാനത്ത് തണു

ത്തിരുണ്ട ഒരവസ്ഥ മുറിയിൽ നിറയുന്നു.

ആഗതന്റെ രൂക്ഷഭാവവും എല്ലുന്തിയതോളും നിങ്ങൾ വീക്ഷിക്കുന്നു. ജീവിതം മുരടിച്ച ഒരാളിലേയ്ക്കെന്ന പോലെ നിങ്ങളുടെ നോട്ടം ചുഴിഞ്ഞിറങ്ങുന്നു. ഈ പീഡാവസ്ഥയ്ക്കു കാരണമെന്താവും? ഹൃദയത്തകർച്ച - തൊഴിലിലെ വീഴ്ച - വെറും ജീവിതശൂന്യത - അതെല്ലാം ഞാൻ നിങ്ങൾക്കു വിടുന്നു. വാതിൽ തുറന്നവശം മുറിയിലെ അന്തരീക്ഷം എന്തുകൊണ്ടു മാറി എന്നു നിങ്ങൾ ചിന്തിക്കുകയാണ് എന്റെ ആവശ്യം.

ഓരോ മനുഷ്യവ്യക്തിയിലും തനതാവൃത്തിയിലുള്ള കമ്പനം നില നിൽക്കുന്നുണ്ട്. മറ്റുള്ളവരിലെ കമ്പനത്തെ തിരിച്ചറിയാനുള്ള ശേഷിയും ഓരോരുത്തരിലുമുണ്ട്.

ആഴത്തിലുള്ള യാതനകളിലൂടെ കടുന്നുപോകുന്ന ഒരാൾ വിഷാദവൃത്തിയാകും പ്രസരിപ്പിക്കുക. അത്യാനന്ദകാരി തത്തുല്യമായ പ്രസാര ണവലയവും ചുറ്റും നിറയ്ക്കും. സ്നേഹസമ്പന്നൻ സ്നേഹവലയവും ദുഷ്ടബുദ്ധി ദൂഷിതവലയവും ചുറ്റും പടർത്തുന്നു.

ഈ തത്ത്വം വസ്തുക്കൾക്കും സ്ഥലങ്ങൾക്കും ബാധകമാണ്. നിര ന്തരം അപകടങ്ങൾ ഉണ്ടാകുന്ന ചില സ്ഥലങ്ങളുണ്ട്. ചില സ്ഥലങ്ങൾ വ്യവസായവിജയത്തിന്റെ കേന്ദ്രങ്ങളാണ്. സന്തോഷം പ്രദാനം ചെയ്യുന്ന സ്ഥലങ്ങളുണ്ട്. കൈവശം വച്ചവർക്കെല്ലാം ദുരന്തങ്ങൾ സമ്മാനിച്ച ഒരു രത്നത്തെക്കുറിച്ച് നിങ്ങളും കേട്ടിട്ടുണ്ടാകും.

ഭൗതികവസ്തുക്കൾ മാത്രമല്ല വ്യത്യസ്ത പ്രതിഭാസങ്ങളും സവിശേഷതരംഗങ്ങൾ പ്രസരിപ്പിക്കാറുണ്ട്. അന്തരീക്ഷത്തിലെ മാറ്റം മിന്നലിനും കൊടുങ്കാറ്റിനും കാരണമാകാം. കഠിനോർജ്ജം പ്രകൃതിദുരന്തങ്ങളുണ്ടാക്കും. പക്ഷേ, ഇവ പൈശാചികവൃത്തികളായി ഗണിക്കപ്പെട്ടുകൂട. അത്യധികം ദുഷ്ടോർജ്ജം വീശിയടിച്ച് ഒഴിയുമെങ്കിൽ വാസ്തവത്തിൽ മിന്നലിനെയും കൊടുങ്കാറ്റിനെയും നാം സ്വീകരിക്കുകയാണ് ചെയ്യേണ്ടത്.

മറ്റൊരു രീതിയിൽ പറയാം. ലോകത്തിന്റെ നാനാഭാഗത്തു നിന്ന് ആഘോഷത്തിനായി ഒത്തുകൂടി ആളുകൾ സന്തോഷിക്കുന്നു എന്നു കരുതുക. വിശേഷവസ്ത്രങ്ങൾ ധരിച്ച്, ആടിയും പാടിയും ആഘോഷലഹരിയിൽ ഒന്നിക്കുമ്പോൾ ദുഷ്ടതരംഗങ്ങൾ ആവിയായിപ്പോകുന്നു. ആനന്ദതരംഗങ്ങൾ എങ്ങും ത്രസിക്കുന്നു.

എല്ലാ പദാർത്ഥങ്ങളും സ്വന്തം ആവൃത്തികളിൽ പ്രകമ്പനം കൊള്ളുന്നു. ഇതു മനസ്സിലാക്കിയാൽ പ്രപഞ്ചവിജ്ഞാനത്തിൽ ഗണ്യമായ വികാസമുണ്ടാകും. അതുവരെ അദൃശ്യമായിരുന്ന വസ്തുക്കളിലേയ്ക്ക് നിങ്ങൾ മിഴി തുറക്കുന്നു. മുമ്പ് ബോധത്തിന്റെ തടവറയിലായിരുന്നു, അവ. ഈ അറിവും അനുഭൂതിയും ആത്മാവിന് നവോന്മേഷം പകരുന്നു.

എല്ലാ പദാർഥങ്ങളും കമ്പിതാവസ്ഥയിലാണ് എന്ന യാഥാർഥ്യത്തിന് അവ ശബ്ദതരംഗങ്ങളുണ്ടാക്കുന്നു എന്നുകൂടി അർത്ഥമുണ്ട്. ഇതിനർത്ഥം എല്ലാ ശബ്ദങ്ങളും നമുക്കു കേൾക്കാം എന്നല്ല. മരങ്ങളുടെ മർമ്മരം ശ്രവിക്കുകയും ചെടികളോട് ഉരിയാടുകയും ചെയ്യുന്ന ആളു കളുണ്ടാവാം. ശബ്ദം കേൾക്കാൻ കഴിഞ്ഞാലും ഇല്ലെങ്കിലും പദാർത്ഥ ങ്ങളുടെ തനതാവൃത്തികളെ ശബ്ദമാക്കി നമുക്കു പരിഭാഷപ്പെടുത്താം.

15 ഹെർട്ട്സ് മുതൽ 20000 ഹെർട്ട്സ് വരെയുള്ള ശബ്ദം മനുഷ്യശ്രോത്രങ്ങൾക്കു ശ്രവിക്കാൻ കഴിയുമെന്നു പറയപ്പെടുന്നു. അത്തരം പരിധികൾ ഇല്ലായിരുന്നെങ്കിൽ ഒരു പക്ഷേ, രാത്രി ഉറങ്ങാൻപോലും നാം പ്രയാസപ്പെട്ടേനെ.

പ്രകൃതിദത്തമായ ലോകം സർവസന്തുലിതമായി ആസൂത്രണം ചെയ്യപ്പെട്ടിട്ടുള്ളതാണ്. ജലം എന്ന മഹാശ്രോതാവിനെക്കൂടി ലക്ഷ്യം വച്ചാണ് ശബ്ദം നിർമ്മിക്കപ്പെടുന്നത്.

എന്തുകൊണ്ട് വാമൊഴി, വരമൊഴി ശബ്ദങ്ങൾ ജലത്തിൽ നിന്നു വ്യത്യസ്ത പരലുകളുണ്ടാക്കി എന്നും സംഗീതം പരൽരൂപീകരണത്തെ എന്തുകൊണ്ട് സ്വാധീനിക്കുന്നു എന്നും ചിന്തിക്കേണ്ടതുണ്ട്. എല്ലാം കമ്പനമായതുകൊണ്ട് എന്ന ഉത്തരത്തിലേയ്ക്കു തന്നെ നാം എത്തിച്ചേരുന്നു. ലോകം പ്രസരിപ്പിക്കുന്ന എല്ലാ കമ്പനാവൃത്തികളോടും അതിലോലമായി പ്രതികരിക്കുന്ന ജലം അതിസൂക്ഷ്മമായിത്തന്നെ ബാഹ്യലോകത്തെ പ്രതിബിംബിപ്പിക്കുന്നു.

ആർക്കും അതിലളിതമായി വ്യാഖ്യാനിക്കാനും തിരിച്ചറിയാനും പറ്റുന്നതാണ് സംഗീതത്തിന്റെയും ഭാഷണശബ്ദങ്ങളുടെയും കമ്പനം. ബൗദ്ധ ശവസംസ്കാരച്ചടങ്ങിൽ മന്ത്രസൂക്തങ്ങളുരുവിടുന്ന മനുഷ്യശബ്ദത്തിന് മുറിവുണക്കുന്ന തരംഗങ്ങളാകാൻ കഴിയും.

കടലാസിലെഴുതി ജലത്തിനു നേരെ കാണിച്ച വാക്കുകൾ പരൽരൂപീകരണത്തെ സ്വാധീനിക്കുന്ന പ്രതിഭാസത്തെ എങ്ങനെ വ്യാഖ്യാനിക്കാനാവും? എഴുതപ്പെടുന്ന എല്ലാ മൊഴികളും യഥാർത്ഥത്തിൽ സ്രവി

ക്കുന്നത് ജലത്തിനു മണക്കാവുന്ന ഒരേ കമ്പനമല്ലേ? ലോകത്തിലുണ്ടാകുന്ന ഓരോ കമ്പനവും വളരെ സത്യസന്ധമായി പ്രതിഫലിപ്പിച്ചാണ് ജലം ദൃഷ്ടിഗോചരമായ പരലുകളുണ്ടാക്കുന്നത്. എഴുതപ്പെട്ട വാക്ക് കമ്പ നമായി സ്വീകരിച്ച് അതിലെ സന്ദേശം വ്യതിരിക്തരൂപത്തിൽ പ്രകാശി പ്പിക്കുകയാണ് ജലം ചെയ്യുന്നത്. (വാക്കുകൾ പ്രകാശിപ്പിക്കാനുള്ള ദൃശ്യ ചിഹ്നങ്ങളാണ് അക്ഷരലിപികൾ എന്ന് നിങ്ങൾക്കറിയാമല്ലോ)

അപ്പോൾ, അടിസ്ഥാനപരമായി എന്താണ് വാക്കുകൾ? ബൈബിൾ പഴയനിയമം ഘോഷിക്കുന്നു: ആദിയിൽ വചനമുണ്ടായി. ഇതിനർത്ഥം പ്രപഞ്ചനിർമ്മാണത്തിനും മുമ്പ് 'വചനം' നിലനിന്നിരുന്നു എന്നാണ്. വചനങ്ങൾ മാനവരാശിയെ നിർമിച്ചു. മാനവർ പ്രകൃതിയിൽ നിന്നു വചനങ്ങൾ പഠിച്ചു എന്നാണ് ഇതിനെക്കുറിച്ച് എന്റെ വ്യാഖ്യാനം. ആദി കാലങ്ങളിൽ സ്വരക്ഷയ്ക്കുവേണ്ടി പ്രകൃതിയുടെ കമ്പനാവൃത്തികൾ മനുഷ്യന് മണത്തറിയേണ്ടതുണ്ടായിരുന്നു. അതിനുള്ള കഴിവ് അന്ന് അവർക്കുണ്ടായിരുന്നു. വീശുന്ന കാറ്റിന്റെ ശബ്ദം, പായുന്ന ജലത്തിന്റെ ശബ്ദം, പുല്ലുകൾക്കിടയിലൂടെ നടക്കുന്ന മൃഗത്തിന്റെ ശബ്ദം എല്ലാം തിരിച്ചറിയാനും മറ്റുള്ളവരെ അറിയിക്കാനും ഉള്ളകഴിവ് അന്ന് നില നിൽപ്പിന് ഒഴിച്ചുകൂടാത്തതായിരുന്നു. വളരെക്കുറച്ചു വാക്കു കളിലെ ലളിതസന്ദേശങ്ങളായാണ് ഭാഷയിലൂടെയുള്ള ഈ പരിശ്രമ ങ്ങൾ മനുഷ്യനന്നു നടത്തിയത്. സംസ്കാരത്തിന്റെ വളർച്ചയും അനുഭവങ്ങളുടെ കുമിയലും മനുഷ്യന്റെ പദസമ്പത്തു വിപുലമാക്കി.

പിന്നെ, എങ്ങനെ, മനുഷ്യഭാഷകൾക്ക് ഇത്ര അന്തരമുണ്ടായി? പാരിസ്ഥിതിക കമ്പനങ്ങളിൽ നിന്നാണ് ഭാഷാജ്ഞാനമുണ്ടായത് എന്നു പരിഗണിച്ചാൽ വളരെ എളുപ്പം ഇതു മനസ്സിലാക്കാം. പ്രദേശങ്ങൾക്കനു സരിച്ച് പരിസ്ഥിതികൾക്ക് ഗണ്യമായ മാറ്റങ്ങളുണ്ടാകും. ഓരോ പരി സ്ഥിതിയും വ്യത്യസ്ത കമ്പനങ്ങളാണുണ്ടാക്കുന്നത്. യൂറോപ്പിലെ പെട്ടെന്ന് ആവിയാകുന്ന കാലാവസ്ഥയും ഏഷ്യൻ ദ്വീപുകളുടെ ഈറന ണിഞ്ഞ പരിതോവസ്ഥയും പ്രകൃതിയിൽ നിന്നു പുറന്തള്ളുന്നത് ഒരേ കമ്പനമല്ല. നാലു വ്യതിരിക്ത ഋതുക്കളുള്ള ജപ്പാനിൽ പ്രകൃതി സ്പർശി യായ സുന്ദര പദസമ്പത്തു പ്രതിഫലിപ്പിക്കുന്നതാണ് ഭാഷ.

ഭാഷ ഏതുമാവട്ടെ 'നിങ്ങൾക്കു നന്ദി' എന്ന വാക്കുകൾ മനോഹര മായ ജൗമിതീയ പരലുകളാണ് രൂപപ്പെടുത്തിയത്. 'നീ വിഡ്ഢി' തുട

ങ്ങിയ പരിഹാസപദങ്ങളാകട്ടെ വ്യക്തമായും ഉടഞ്ഞ, കോലംകെട്ട പരലു കളുമുണ്ടാക്കുന്നു.

ബാബേൽ ഗോപുരത്തിനുമുമ്പ് എല്ലാവരും ഒരേ ഭാഷ സംസാരിച്ചി രുന്നു എന്നാണ് ബൈബിൾ പറയുന്നത്. പ്രദേശവും പരിസ്ഥിതിയും വ്യത്യസ്തമായിരിക്കുമ്പോഴും പ്രകൃതിയുടെ അടിസ്ഥാനതത്ത്വങ്ങൾ സമാനമാണ് എന്നായിരിക്കും ഇതു സൂചിപ്പിക്കുന്നത്.

ഒരു പൂർണജാമിതീയപരൽ രൂപപ്പെടുന്നിടത്ത് ജലം പ്രകൃതി യുമായി ലയിച്ചുചേരുന്നു എന്നും ഈ പ്രതിഭാസമാണ് ജീവൻ എന്നും നമുക്ക് അനുമാനിക്കാം. പ്രകൃതിനിയമങ്ങൾ സ്മരിക്കുന്നതിൽ നാം പരാജയപ്പെട്ടുണ്ടാകുന്ന മലിനജലത്തിൽ നിന്ന് പരലുകളേ രൂപപ്പെടു ന്നില്ല. ടോക്യോവിലെ കുഴൽവെള്ളത്തിൽ നിന്ന് പരൽച്ചിത്രങ്ങളെടു ക്കാനുള്ള കഠിനശ്രമം പരാജയപ്പെട്ടതെന്തു കൊണ്ടാണ്? അണുവിമു ക്തിക്കുപയോഗിക്കുന്ന ക്ലോറിൻ പരലുകളാകാൻ കഴിവുണ്ടാക്കുന്ന ജലത്തിന്റെ ശുദ്ധിയെ തകർത്തു കളഞ്ഞു.

ജലം ഘനീഭവിക്കുമ്പോൾ ജലകണികകൾ പരലിന്റെ അണു കേന്ദ്രമാവാൻ ഒത്തുചേരുന്നു. അണുകേന്ദ്രം ഷഡ്കോണാകൃതി യിലേയ്ക്കു ദൃഢമായി വികസിക്കുമ്പോൾ ദ്രഷ്ടവ്യമായൊരു ജലപരൽ രൂപപ്പെടുന്നു.

കൃതജ്ഞത, സ്നേഹം എന്നീ വാക്കുകൾ പ്രകൃതിനിയമങ്ങളുടെ അടിസ്ഥാനതത്ത്വങ്ങളെയും ജീവൻ എന്ന പ്രതിഭാസത്തെയും നിർമ്മി ക്കുന്നു. അതുകൊണ്ട് ജലം അതിന്റെ തനിരൂപത്തിൽ ഷഡ്കോണാ കൃതി രൂപപ്പെടുത്തേണ്ടതാണ്. എന്നാൽ 'നീ വിഡ്ഢി' തുടങ്ങിയ വാക്കു കൾ പ്രകൃതിയുടേതല്ലാത്തതും പ്രകൃതിവിരുദ്ധമായി മനുഷ്യരാൽ നിർമ്മിക്കപ്പെട്ടവയും ആണ്. നിന്ദിക്കുന്നതും നോവിക്കുന്നതും നാണം കെടുത്തുന്നതുമായ വാക്കുകൾ മനുഷ്യനിർമ്മിതമായ സംസ്കാരത്തിന്റെ സംഭാവനകളാണ്.

കൃതജ്ഞതയുടെയും സ്നേഹത്തിന്റെയും തരംഗങ്ങൾ മാത്രമാണ് പ്രകൃതിയിൽനിന്നു പ്രസരിക്കുന്നത്. സൂക്ഷ്മനിരീക്ഷണം ഇതു സത്യ മാണെന്നു ബോധ്യപ്പെടുത്തും. ലയാത്മജീവിതത്തിലൂടെ വൃക്ഷങ്ങളും സസ്യങ്ങളും പരസ്പരം ആദരംപ്രകടിപ്പിക്കുന്നു. മൃഗലോകത്തിനും ഇതു ബാധകമാണ്. വിശക്കുമ്പോഴല്ലാതെ വെറുതെ സിംഹം കൊല്ലാറില്ല. വൃക്ഷത്തണലിൽ ചെടികൾക്ക് ഒരു

പരാതിയുമില്ല. വേണ്ടതിലധികം ഭക്ഷണം കഴിക്കാൻ മൃഗങ്ങൾ മുതിരാറില്ല.

21ാം നൂറ്റാണ്ടിലെ ശാസ്ത്രവും സാങ്കേതികവിദ്യയും എന്ന അമേരിക്കൻ ശാസ്ത്രമാസികയുടെ 1989 മാർച്ച് - ഏപ്രിൽ ലക്കത്തിൽ വാറൻ. ജെ.ഹാമർമാൻ (Warren. J.Hamerman) എഴുതുന്നു: മനുഷ്യരെ നിർമ്മിർക്കുന്ന ഇന്ദ്രിയവസ്തു പിയാനോ കീബോഡിലെ മിതസ്വരത്തേ ക്കാൾ 42 സ്വരാഷ്ടകങ്ങൾ വേഗത്തിലുള്ള ശബ്ദം കൊണ്ട് പ്രതി നിധാനം ചെയ്യാവുന്ന ഒരാവൃത്തി പുറപ്പെടുവിക്കുന്നുണ്ട്. മിതസ്വരത്തിന്റെ ആധുനികമാനകം ഏകദേശം 262 ഹെഡ്സാണ്. ഇതിനർത്ഥം മനുഷ്യ നിർമ്മാണേന്ദ്രിയവസ്തുവിന്റെ ശബ്ദം ഏകദേശം 570 ലക്ഷം കോടി ഹെഡ്സ് എന്നാണ്. ഹെഡ്സ് ഓരോ നിമിഷത്തിലുമുള്ള കമ്പനത്തെ യാണ് സൂചിപ്പിക്കുന്നത്. മനുഷ്യൻ ഓരോ നിമിഷവും 570 ലക്ഷം കോടി പ്രാവശ്യം കമ്പനം ചെയ്യുന്നുണ്ട് എന്നർഥം. ഭാവനയ്ക്കും ഏറെ അപ്പുറമു ള്ള ആ അളവ് വിസ്മയകരവും അസാധാരണവും ഒളിഞ്ഞിരിക്കുന്നതു മായ മനുഷ്യസിദ്ധിയിലേയ്ക്കാണ് വിരൽചൂണ്ടുന്നത്.

42 സ്വരാഷ്ടകങ്ങൾ ഉൾക്കൊള്ളുക ബുദ്ധിമുട്ടുതന്നെ. പക്ഷേ, മനു ഷ്യന്റെ കമ്പനാവൃത്തിയുടെ അസാധ്യവൈവിധ്യവും അസമാനതയും തിരിച്ചറിയാതെ വയ്യ. മനുഷ്യൻ ഒരു പ്രപഞ്ചം മുഴുവൻ അവനിൽ മെരു ക്കിനിർത്തിയിരിക്കുന്നു. പരസ്പരം അതിക്രമിച്ചുമരുവുന്ന ഈ ആവൃ ത്തികൾ മനുഷ്യന്റെയുള്ളിൽ പ്രപഞ്ചമഹാനുപാതത്തിന്റെ ഒരു മേളക്കൊ ഴുപ്പുതന്നെ തീർക്കുന്നു.

കമ്പനത്തെക്കുറിച്ചും ആവൃത്തിയെക്കുറിച്ചും സംസാരിക്കുമ്പോ ഴൊക്കെ ദോ- രേ-മി-ഫാ-സൊ, ലാ, തീ(സി) (Do-re-mi-fa-so-la-ti) എന്നു ഞാൻ വിശേഷിപ്പിക്കാനിഷ്ടപ്പെടുന്ന സിദ്ധാന്തം ഉപയോഗിക്കാ റുണ്ട്. ഈ സരളസിദ്ധാന്തം കൊണ്ട് ഞാനുദ്ദേശിക്കുന്നത് പ്രപഞ്ചത്തിലെ സകല പദാർഥങ്ങളുടെയും ആവൃത്തി ദോ,രേ,മി, ഫാ,സോ,ലാ,തീ, (സപ്തസ്വരങ്ങൾ) എന്നീ ഏഴു ഭാഗങ്ങളിലായി സംഗ്രഹിക്കാം എന്നാണ്.

മൃദുധ്വനി മുതൽ ഉച്ചധ്വനിവരെ നീണ്ടുകിടക്കുന്ന എണ്ണിയാലൊടു ങ്ങാത്ത ആവൃത്തികൾ ഉൾക്കൊള്ളുന്നതാണ് പ്രപഞ്ചം. ഏറ്റവും താഴ്ന്ന സ്വരത്തിൽ നിന്നുതുടങ്ങി എല്ലാസ്വരങ്ങളും ക്രമീകരിച്ചിട്ടുള്ള ഒരു പിയാ നോ സങ്കല്പിക്കുക. വെളുത്ത കട്ടകളിൽ വിരലമർത്തിയാൽ ദോ, രേ, മീ, ഫാ,സോ,ലാ, തീ എന്നീ സ്വരങ്ങൾ

നിങ്ങൾ കേൾക്കുന്നു. ഒരു 'ദോ' യിൽ നിന്ന് അടുത്തതിലേയ്ക്ക് ഒരു സ്വരാഷ്ടകം നീങ്ങുമ്പോൾ ആവൃത്തി ഇരട്ടിയാകുന്നു. മറ്റൊരു തരത്തിൽ പറഞ്ഞാൽ ആ വൃത്തികൾ ഇരട്ടിപ്പിക്കുന്നത് സപ്തസ്വരങ്ങളായി വിഭജിക്കപ്പെട്ടിരിക്കുന്നു. സപ്ത സ്വരങ്ങളുടെ ആവർത്തനത്തിലൂടെ മൃദുവിൽനിന്നു തുടങ്ങി ഉച്ച സ്ഥായിവരെ എല്ലാ ശബ്ദങ്ങളും പ്രകാശിപ്പിക്കപ്പെടുന്നു.

ആവൃത്തിയെ ശബ്ദമായി സ്വീകരിക്കുന്നതിലൂടെ എന്തു ജ്ഞാനോദയമാണുണ്ടാവുക?

ഏറ്റവും വലിയ വെളിപാട് അനുസ്വനഗുണത്തെക്കുറിച്ചുതന്നെ. ഒരേ ആവൃത്തിയിലെ ശബ്ദങ്ങൾ പ്രതിധ്വനിക്കുന്നു. രൂപത്തിലുള്ള സംഗീതദണ്ഡ് (Tuning Fork) ഉപയോഗിച്ച് ഇതു മനസ്സിലാക്കാം.

സംഗീതദണ്ഡ് ഒരു റബർ ചുറ്റികയിൽ മുട്ടി

ലാ എന്ന സ്വരം ഉണ്ടാകുമ്പോൾ ഗായകനും ഒരു ലാ ഉച്ചരിക്കുന്നു. സംഗീതദണ്ഡും ശബ്ദവും ചേർന്ന് ശബ്ദതരംഗത്തിന്റെ ഒരാവൃത്തി രൂപപ്പെടുന്നു. ഇതിനെയാണ് അനുരണനം എന്നു പറയുന്നത്. ഒരു വശത്ത് ഒരാവൃത്തി ഉണ്ടാവുകയും മറുവശം അതേശബ്ദത്തിൽ പ്രതികരിക്കുകയും ചെയ്യു മ്പോഴാണ് അനുരണനം ഉണ്ടാവുന്നത്. ആകർഷണം ഇഷ്ടപ്പെടുന്നവ കമ്പനതരംഗങ്ങളായി പരസ്പരം ആകർഷിച്ച് പ്രതിപ്രവർത്തിക്കുന്നു.

ഈ പ്രതിഭാസം നമുക്കുചുറ്റും എല്ലായിടത്തും പ്രവർത്തിക്കുന്നതായി ശ്രദ്ധാപൂർവമായ നിരീക്ഷണത്തിലൂടെ മനസ്സിലാക്കാം. ഒരു നായ റോഡിലൂടെ നീങ്ങുമ്പോൾ തന്നെ കടന്നുപോകുന്ന മറ്റുമൃഗങ്ങളോടു പ്രതികരിക്കണമെന്നില്ല. എന്നാൽ റോഡിന്റെ എതിർവശത്തുള്ളതായാൽപ്പോലും മറ്റൊരു നായയോട് വളരെപ്പെട്ടെന്ന് പ്രതികരിക്കുന്നു. സൈറൺ കേൾക്കുമ്പോൾ നായ്ക്കൾ സാധാരണ മുരളുന്നതും ഒരുതരം പ്രതിധ്വനിക്കലാണ്.

നമുക്കു മനുഷ്യരിലേയ്ക്കു മടങ്ങിവരാം. ഒരേ തരംഗാവൃത്തിയിലെ ആളുകൾ അടുക്കുകയും സൗഹാർദ്ദത്തിലേർപ്പെടുകയും ചെയ്യും. എത്ര ശാരീരികമായി അടുത്താലും ചില ആളുകൾ പരസ്പരം നിസ്സംഗരായിരി ക്കും. നിങ്ങൾ തീരെ ഇഷ്ടപ്പെടാത്ത ഒരാൾ നിങ്ങളെ സമീപിക്കുമ്പോഴു ണ്ടാകുന്ന പ്രതികരണത്തിലും അയാളുടേതിനു തുല്യമായ പ്രതിധ്വനി യാണ് നിങ്ങളിലുണ്ടാവുന്നത്.

പൊരുതാതെ ജയിക്കുക എന്നതാണ് ജപ്പാനിലെ യുദ്ധമുറകളുടെ

മഹാരഹസ്യം. ശത്രുവുമായി പ്രതിധ്വനനം ഒഴിവാക്കുക എന്നതാണ് ഇതിന്റെ ആത്യന്തികാർത്ഥം. പൊരുതിജയിക്കുമ്പോൾ ശത്രുവുമായി പ്രതിധ്വനനം വർദ്ധിക്കുന്നു. സൗഹൃദത്തിന്റെ അളവ് തീരെ താഴേയ്ക്കു പോകുന്നു.

കമ്പനാവൃത്തികൾ പരസ്പരപൂരകമല്ലെങ്കിൽ പ്രതിധ്വനിക്കാൻ പ്രയാസമാണ്. നമ്മളിൽ നിന്നും അടിസ്ഥാനപരമയി വേറിട്ട ഒന്നിനെ സ്വീകരിക്കാൻ നമുക്കാവില്ല.

ആവൃത്തികൾ സദൃശങ്ങളല്ലെങ്കിലും പ്രതിധ്വനി ഉണ്ടാവാം എന്ന താണ് രസകരമായ കാര്യം. ആവൃത്തികൾ ഇരട്ടിക്കുമ്പോഴാണ് ഇങ്ങനെ സംഭവിക്കുന്നത്. 440 ഹെഡ്സിൽ വായിക്കപ്പെടുന്ന ലാ സ്വരവും 220 ഹെഡ്സിനു താഴെ സ്വരാഷ്ടകത്തിൽ വായിക്കപ്പെടുന്ന ലാ സ്വരവും പ്രസന്നമായ അനുരണനം പിയാനോവിൽ ഉണ്ടാക്കും. ഒരു സ്വരാഷ്ടകം താഴ്ത്തി സംഗീതദണ്ഡിനോടു പ്രതികരിക്കുന്ന അനുരണനവും ഇമ്പ മുള്ളതാകും. ആവൃത്തികളുടെ അന്തരം ഇരട്ടി, നാലിരട്ടി, എട്ടിരട്ടി എന്നി ങ്ങനെ ഉയർന്നോ അര, കാൽ എന്നിങ്ങനെ താഴ്ന്നോ ആയാലും അനുര ണനമുണ്ടാകും. ഈ ബന്ധത്തിന്റെ പരിധി അനന്തമായി നീളുന്നു. ആവൃ ത്തികൾ തമ്മിലുള്ള ദൂരം എത്രയ്ക്കുമാവട്ടെ, ഒന്നിന്റെ ഗുണിതമാണ് മറ്റൊന്നെങ്കിൽ പ്രതിധ്വനി ഉറപ്പാണ്. ഒരേ നിലയിലെ എല്ലാ ശബ്ദങ്ങളും വിരുദ്ധനിലയിലെ ശബ്ദങ്ങളോടും പ്രതിധ്വനിക്കുന്നു എന്നു പറയാം.

വളരെ ഉയർന്ന കമ്പനതരംഗങ്ങൾ പുറപ്പെടുവിക്കുന്ന ക്രിസ്തു, ബുദ്ധൻ തുടങ്ങിയവരോട് ആളുകൾ ആകർഷിക്കപ്പെടുന്നതിനെപ്പറ്റി ചിന്തിക്കുമ്പോൾത്തന്നെ തീരെ താണ കമ്പനാവൃത്തികൾ പുറത്തു വിടുന്ന ബോണി, ക്ലൈഡ് തുടങ്ങിയ കുറ്റവാളികളോടും ആളുകൾ ആകർ ഷിക്കപ്പെടുന്നില്ലേ എന്ന ചോദ്യമുയരാം. ഒരസ്ഥിരതയായി ഇതു തോന്നാ മെങ്കിലും വ്യത്യസ്ത തലങ്ങളോടും ആളുകൾ പ്രതിധ്വനിക്കുന്നു എന്ന തത്ത്വത്തിന്റെ അടിസ്ഥാനത്തിൽ ഇതിനെ വ്യാഖ്യാനിക്കാം. ജീവിത ത്തിൽ സ്വാഭാവികത്വമാവാം ഈ ദ്വന്ദ്വഭാവം.

രണ്ടുപേർ പ്രണയത്തിലാവുന്നതിന്റെ പ്രതിഭാസം തരംഗാവൃത്തി വീക്ഷണത്തിലൂടെ എങ്ങനെ വ്യാഖ്യാനിക്കാമെന്നു നോക്കാം. പ്രണയം ഒരു തരം പ്രതിധ്വനനമാണ്. നിങ്ങളുടെ അനുരണനാവൃത്തിതലം 10 ആണെന്നു കരുതുക. അതേ ആവൃത്തിയിലോ അല്പം ഉയർന്ന (12 ആവാം) തലത്തിലോ ഉള്ള ആളുകളുമായി നിങ്ങൾ പ്രതിധ്വനിക്കുന്നു. പ്രതിധ്വനിയിലൂടെ പ്രണയത്തിലകപ്പെട്ടവരിൽ ആവൃത്തിബലം വളരെ

ഉയരുന്നു. ആവൃത്തിതലം 10 ഉള്ള ഒരാൾ 5ഭാഗം മാത്രമുപയോഗിച്ച് 12 തലത്തിലെ ഒരാളുമായി പ്രണയത്തിലാവുമ്പോൾ അവനോ അവളോ 10 തലംവരെ ആവൃത്തിബലം പ്രയോജനപ്പെടുത്തി ആവൃത്തിയിൽ വർദ്ധനവ് പ്രകടമാക്കുന്നു.

പ്രണയത്തിലായിരിക്കുമ്പോഴാണ് ഏറ്റവും ഉജ്ജ്വലമായി നിങ്ങൾ അധ്വാനിക്കുന്നത്. ചെയ്യുന്ന യത്നത്തിനും പലപ്പോഴും ചുറ്റുപാടിനു തന്നെയും നിങ്ങളറിയാതെത്തന്നെ വല്ലാത്ത മാറ്റമുണ്ടാകുന്നു. വാർദ്ധക്യത്തിലും മഹാസൃഷ്ടികൾ ഒരാൾ സംഭാവന ചെയ്യുന്നുണ്ടെങ്കിൽ അയാൾ പ്രണയത്തിലാണെന്നു തീർച്ച. ഈ പ്രണയം കാൽപ്പനികം മാത്രമല്ല. മറ്റുള്ളവരോട് സ്നേഹപൂർണമായ ആദരവോ ആകർഷണമോ കൂടിയാവാം. സ്നേഹം കമ്പനാവൃത്തിനില ഉയർത്തി കൂടുതൽ ഉജ്ജ്വല മാക്കുന്നു. ഒരു ജീവിതകാലം മുഴുവൻ പ്രണയത്തിലാവുന്നതിന്റെ വിസ്മയത്തികവ് ആലോചിച്ചു നോക്കൂ.

പ്രകൃതിയിലെ മിക്ക പദാർത്ഥങ്ങളും ഉറച്ച കമ്പനാവൃത്തികളാണ് സ്രവിക്കുന്നത്. കുരുവികൾക്ക് പരസ്പരം തിരിച്ചറിയാൻ ശബ്ദങ്ങളിൽ നേരിയ വ്യത്യാസമുണ്ടാകാമെങ്കിലും അടിസ്ഥാനപരമായി എല്ലാ കുരുവി കൾക്കും ഒരേ ശബ്ദമാണ്. പട്ടികളോ പൂച്ചകളോ പുറപ്പെടുവിക്കുന്ന ശബ്ദങ്ങളിലും പ്രകടമായ വൈരുദ്ധ്യങ്ങളില്ല. നേരെ മറിച്ച്, സപ്തസ്വര ങ്ങൾ പൂർണമായി പ്രയോജനപ്പെടുത്തി മനോഹരഗാനങ്ങളുണ്ടാക്കാൻ മനുഷ്യനു കഴിവുണ്ട്. ഇതൊരു മഹാസിദ്ധിയാണെന്ന കാര്യത്തിൽ നിങ്ങൾക്കും തർക്കമില്ലല്ലോ.

പ്രകൃതിയിലെ എല്ലാ ജീവജാലങ്ങളോടും പ്രതിധ്വനിക്കാൻ കഴിയുന്ന ഏകജീവി മനുഷ്യനാണ്. പ്രപഞ്ചത്തിലെ എല്ലാറ്റിനോടും സംവദിക്കാൻ നമുക്കു കഴിയും. ഊർജ്ജം പകരാനും തിരിച്ചു സ്വീകരിക്കാനും നമുക്കാവും. ഇതുപക്ഷേ, ഇരുതലമൂർച്ചയുള്ള ഒരു വാളാണ്. സ്വാർത്ഥത യോടെ പ്രവർത്തിക്കുമ്പോൾ നമ്മുടെ ഊർജ്ജം പ്രപഞ്ചത്തിനു താള ഭംഗമുണ്ടാക്കുന്നു.

വ്യവസായവിപ്ലവം സാധ്യമാക്കി സൗകര്യങ്ങൾക്കുവേണ്ടിയുള്ള ത്വരയും അവ യാഥാർത്ഥ്യമാക്കാനുള്ള പ്രവർത്തനങ്ങളുമാണ് ഭൂമി മലീ മസമാക്കിയത്. ഇത് പ്രകൃതിവിഭവങ്ങളുടെ അമിതോപഭോഗത്തിലേ യ്ക്കു നയിക്കുകയും ആഗോളപരിസ്ഥിതി ഭീഷണിയിലാവുകയും ചെയ്തു.

നമ്മുടെ ചിന്താഗതിയിൽ ഗൗരവതരമായ മാറ്റംവരുത്തേണ്ട ഒരു ചരിത്രസന്ദർഭത്തിലാണ് പുതിയ നൂറ്റാണ്ടിലേയ്ക്ക് നാം പ്രവേശിക്കു

ന്നത്. ശിഷ്ടലോകത്തോടു പ്രതിധ്വനിക്കാൻ മനുഷ്യനു മാത്രമേ കഴിയൂ. അതിലൂടെ മാത്രമേ പ്രപഞ്ചത്തിന്റെ താളം നിലനിർത്തി നാശത്തിൽ നിന്ന് ഭൂമിയെ രക്ഷിക്കാനാവൂ. ഏതുതരം ഗ്രഹമായി ഭൂമിയെ നിലനിർത്തണം എന്ന യാഥാർത്ഥ്യത്തിന്റെ അടിത്തറ നമ്മൾ ഓരോരുത്തരുടെയും കമ്പനതരംഗങ്ങളെ ആശ്രയിച്ചിരിക്കുന്നു. നയിക്കേണ്ട ജീവിതത്തെ എങ്ങനെ നിങ്ങൾ തിരഞ്ഞെടുക്കും?

ഹൃദയം സ്നേഹവും കൃതജ്ഞതയുംകൊണ്ടു നിറച്ചാൽ സ്നേഹിക്കാവുന്ന വലിയൊരുലോകം ചുറ്റും തുടിക്കുന്നതായി നിങ്ങൾക്കനുഭവപ്പെടും. ഉള്ള് ഉപകാരസ്മരണയിൽ നിറഞ്ഞുതുളുമ്പും. എന്നും കൊതിച്ചിട്ടുള്ള ആനന്ദദായകവും ആരോഗ്യപൂർണവുമായൊരു ജീവിതത്തിന്റെ തൊട്ടരികിൽ നിൽക്കുന്നതായിത്തോന്നും. പകരം, വിഷാദത്തിന്റെയും വെറുപ്പിന്റെയും അതൃപ്തിയുടെയും അലകൾ പ്രസരിപ്പിച്ചാലോ? അസന്തുഷ്ടിയും ജുഗുപ്സയും വമിക്കുന്ന നരകത്തിന്റെ നടുക്ക് എത്തിപ്പെട്ടതുപോലെ നിരാശയിൽ വീർപ്പുമുട്ടും.

നിങ്ങളുടെ ജീവിതം - നിങ്ങളുടെ ലോകം - അതിനുത്തരവാദി നിങ്ങൾ മാത്രമാണ്.

ഒരു വ്യത്യസ്ത ലോകത്തിലേയ്ക്കുള്ള പടിവാതിൽ

ഇനി പുസ്തകം താഴെ വയ്ക്കുക. തൊട്ടുമുന്നിലെ മേശപ്പുറത്ത് ഒരു ഗ്ലാസ് വെള്ളവും വയ്ക്കുക (പ്രയാസമാണെങ്കിൽ മനസ്സിൽ കരുതിയാലും മതി).

ഗ്ലാസ്സിൽ കാണുന്നതെന്താണ്? ഇരിക്കുന്ന മുറി, ജനലിലൂടെ കാണുന്ന പ്രകൃതിഭംഗി, നിങ്ങളെ വലയം ചെയ്യുന്ന മൊത്തം അനുഭൂതി- എല്ലാം വെള്ളം പകർത്തിയിരിക്കുന്നു.

ചിന്തയെ അല്പംപോലും വിലക്കാത്ത സാധാരണ വസ്തുവാണ് വെള്ളം. ദിവസവും കുടിക്കുന്നു, കഴുകാനെടുക്കുന്നു, പാചകത്തിനുപയോഗിക്കുന്നു. പക്ഷേ, എത്രപേർ ഗാഢമായി അതിനെക്കുറിച്ചു ചിന്തിച്ചിട്ടുണ്ട്? ഗൂഢമായ ഒന്നും അതിലില്ലല്ലോ.

വെള്ളത്തിന്റെ ഏറ്റവും നിഗൂഢമായ കാര്യം അതിൽ നീർക്കട്ട (ice) തങ്ങിനിൽക്കുന്നു എന്നതാണ്. മറ്റു പദാർഥങ്ങൾ ദ്രാവകാവസ്ഥയിൽ നിന്ന് ദ്രവ്യാവസ്ഥയിലേയ്ക്കു സംക്രമിക്കുമ്പോൾ പരമാണുക്കളുടെയും കണികകളുടെയും സാന്ദ്രത വർദ്ധിച്ച് കൂടുതൽ ഭാരമുള്ളതായിത്തീ രുന്നു. എന്നാൽ ജല കണികകൾ ക്രമാനുഗതികമായി കേന്ദ്രീകരിക്കു മ്പോൾപ്പോലും അവയ്ക്കിടയിൽ വിശാലമായ ശൂന്യസ്ഥലങ്ങൾ ഉണ്ടാ കുന്നു. നീർക്കട്ട നീരായി പൂർവ്വരൂപം പ്രാപിക്കുമ്പോൾ കണികകൾ നൂറാ യിരം മടങ്ങ് ഊർജ്ജസ്വലമാകുന്നു. ശൂന്യസ്ഥലങ്ങൾ നിറഞ്ഞ്, ഓരോ കണികയും ശക്തി പ്രാപിച്ച് ജലത്തിന്റെ ദ്രാവകരൂപം ദ്രവ്യരൂപത്തെ ക്കാൾ സാന്ദ്രവും ഭാരമുള്ളതുമാകും.

വെള്ളം അതിന്റെ അങ്ങേയറ്റത്തെ ഭാരാവസ്ഥയിലെത്തുന്നത് 4^0 സെലീഷ്യസി (39^m.lo.)ലാണ്. ഈ ഊഷ്മാവിലാണ് സജീവമായ ജലം അണുഘടനയുടെ ശൂന്യസ്ഥലങ്ങളിൽ നിറയുന്നത്. ഊഷ്മാവ് വർദ്ധിക്കുമ്പോൾ സാന്ദ്രത അയഞ്ഞ് കണികകൾ കൂടുതൽ തേജസ്സുറ്റ

വയായിത്തീരുന്നു.

ഒരു തടാകത്തിന്റെ ഉപരിതലോഷ്മാവ് എത്ര ശീതാവസ്ഥയിലായാലും അടിത്തട്ടിൽ 4^0 സെലീഷ്യസിൽ ഊഷ്മാവ് ഉറച്ചതായിരിക്കും. (ജലരൂപത്തിലെ മറ്റു വസ്തുക്കളുടെ കാര്യത്തിലും ഇതു സംഭവിക്കുന്നു) നീണ്ട മഞ്ഞുകാലങ്ങളിൽ മഞ്ഞിനെ അതിജീവിക്കാൻ ജലജീവികൾക്കു കഴിയുന്നത് ഇതുകൊണ്ടാണ്

വെള്ളം മറ്റു പദാർത്ഥങ്ങളെപ്പോലെ പ്രതികരിക്കുകയും നീർക്കട്ട അടിത്തട്ടിലേയ്ക്കു താഴ്ന്നടിയുകയും ചെയ്തിരുന്നെങ്കിൽ എന്താകുമായിരുന്നു ഫലം? ഒന്നാമതായി നമ്മൾ ഈ ഭൂമിയിൽ ഉണ്ടാകുമായിരുന്നില്ല. ഊഷ്മാവ് താഴുമ്പോഴൊക്കെ ജലാശയങ്ങളുടെയും സമുദ്രത്തിന്റെയും അടിത്തട്ടു മുഴുവൻ മഞ്ഞുകട്ടകളായി ഉറച്ചിരുന്നുവെങ്കിൽ എല്ലാ ജീവജാലങ്ങളും നശിച്ചു പോകുമായിരുന്നു.

മഞ്ഞുകട്ട ഒഴുകി നടക്കുന്നതുകൊണ്ട് ജലോപരിതലം മഞ്ഞിൽ മൂടിയാലും അതിന്റെ താഴെയുള്ള അവസ്ഥ ജീവൻ നിലനിർത്താൻ സഹായിക്കുന്നു.

മറ്റു പദാർത്ഥങ്ങൾ തന്നിലലിയിക്കാനും വഹിച്ചുകൊണ്ടു പോകാനും വെള്ളത്തിനു കഴിവുണ്ട്. എത്ര പദാർത്ഥങ്ങൾ വേണമെങ്കിലും ജലത്തിലലിയിക്കാൻ കഴിയുമെന്നും ജലത്തിനു പൂർവസ്ഥിതിയിലാകാൻ വളരെ പ്രയാസമുണ്ടെന്നും മനസ്സിലാക്കണം. അർദ്ധചാലകയന്ത്ര സംവി ധാനങ്ങളിലും രാസവ്യവസായശാലകളിലും പ്രത്യേക ജലശുദ്ധീക രണികൾ ഉപയോഗിച്ച് അങ്ങേയറ്റം ശുദ്ധീകരിച്ചാലും പ്ലാസ്റ്റിക്കോ മറ്റോ കൊണ്ടുണ്ടാക്കിയ ഒരു സംഭരണിയിലേയ്ക്കു പകരുന്നതോടെ ജലം മലിനമാകാൻ തുടങ്ങുന്നു. കുഴൽവെള്ളവും അരുവികളിൽ നിന്നുള്ള വെള്ളവും കണ്ണാടിപോലെ തിളങ്ങുമെങ്കിലും മാലിന്യങ്ങളും ധാതുക്കളും അടങ്ങിയതാണ് എന്ന അറിവ് നിങ്ങളെ അദ്ഭുതപ്പെടുത്താൻ വഴിയില്ല.

മറ്റു പദാർത്ഥങ്ങൾ അലിയിക്കുന്ന സിദ്ധി ജീവൻ നിലനിർത്താൻ വേണ്ട പോഷകങ്ങളടങ്ങിയ സൂപ്പ് നിർമ്മിച്ച് സമുദ്രത്തിനു പകരാൻ ജല ത്തെ സഹായിക്കുന്നു. ഈ സൂപ്പ് സകലജീവജാലങ്ങൾക്കും ജന്മസ്ഥാനമായിത്തീർന്നു.

തീർച്ചയായും, ജീവൻ നിർമ്മിക്കുകയും പകരുകയും ചെയ്യുന്ന ശക്തിയാണ് ജലം. കണികകൾക്കു കൂടിച്ചേരാനും ചുറ്റിസഞ്ചരിക്കാനും ജലമില്ലാതെ കഴിയില്ല. അവ്യവസ്ഥ നിർമ്മിച്ച ജലംതന്നെ ജീവിത ക്രമവും നിശ്ചയിച്ചു. അതിന്റെ ഫലമാണ് ജീവൻ നിറഞ്ഞുകവിയുന്ന ഒരു

ഗ്രഹത്തിന്റെ ഉദ്ഭവം.

എവിടെ ജലമുണ്ടോ അവിടെ ജീവനും കാണും എന്നത് ഒരു പഴയ വിശ്വാസമാണ്. ജലം ഉറന്നുചാടുന്ന സ്ഥലത്താണ് ജപ്പാൻകാർ വിഗ്രഹം പ്രതിഷ്ഠിക്കാൻ പുണ്യസ്ഥാനം കണ്ടത്. ഊർജ്ജത്തിന്റെ ഉച്ചസ്ഥാന മായി അവിടം അവർ ദർശിച്ചു. 'ഊർജ്ജപാത' എന്ന നിലയിൽ മറ്റു പുണ്യ സ്ഥാനങ്ങളും അവർ കണ്ടെത്തിയിരുന്നു. മിക്കവാറും ഈ സ്ഥാനങ്ങൾ ഭൂഗർഭജലധാരകൾക്കു മുകളിലായിരുന്നു.

പ്രാണന്റെ അമ്മയാണ് വെള്ളം. പ്രാണനു വേണ്ട ഊർജ്ജത്തിന്റെ സ്രോതസ്സുമാണ്. ജലത്തിന്റെ അനന്യസ്വഭാവവിശേഷങ്ങളാണ് ഇതു സാധ്യമാക്കുന്നത്.

വെള്ളത്തിന്റെ നിഗൂഢതകളിലേയ്ക്കുള്ള പര്യവേക്ഷണം എന്നെ നയിക്കുന്നത് വെള്ളം ഭൂമിയുടേതല്ല എന്ന ചിന്തയിലേയ്ക്കാണ്. എന്തു മാത്രം വെള്ളമാണ് ഭൂമിയിലെന്ന് നാം അദ്ഭുതപ്പെടാറുണ്ട്. 4.6 ശതകോടി വർഷങ്ങൾക്കുമുമ്പ് ഭൂമി രൂപപ്പെട്ടപ്പോൾ ആവി ബാഷ്പീകരിച്ച് മഴയായി പെയ്ത് സമുദ്രങ്ങൾ നിർമ്മിക്കപ്പെട്ടു എന്ന് വിവരണങ്ങൾ പറയുന്നു.

സൂര്യന്റെ പിറവിയാണ് ഇതിനൊക്കെ തുടക്കം കുറിച്ചത്. വാതക സഞ്ചയങ്ങൾ ഒന്നുചേർന്നു ചുറ്റിക്കറങ്ങി ഒരു ചുവന്ന ഗോളമായി മാറി. ബാക്കിവന്ന പൊടിയും വാതകങ്ങളും കൂടിച്ചേർന്ന് ഭൂമിയും മറ്റുഗ്രഹ ങ്ങളും ഉണ്ടായി. എരിയുന്ന ദ്രവശിലയായ ഭൂമിയിൽ ഹൈഡ്രജനുണ്ടാ യിരുന്നു.

ദ്രവശില തണുത്തുറഞ്ഞതോടെ ഹൈഡ്രജൻ ആവിയായി അന്ത രീക്ഷത്തോടു ചേർന്നു.

എല്ലാ പണ്ഡിതൻമാരും ഈ സിദ്ധാന്തം അംഗീകരിക്കാൻ തയാറാ യിട്ടില്ല. ചിലർ കടകവിരുദ്ധമായ വാദങ്ങളും അവതരിപ്പിക്കുന്നുണ്ട്. ഭൂമിയുടെ അന്തരീക്ഷത്തിനുമപ്പുറത്തെ ഭൗതിക പ്രപഞ്ചത്തിൽനിന്ന് മഞ്ഞുകട്ടകളുടെ രൂപത്തിലാണ് ഭൂമിയിൽ വെള്ളം എത്തിച്ചേർന്നതെന്ന് ലോവ സർവകലാശാലയിലെ ലൂയിസ് ഫ്രാങ്ക് സിദ്ധാന്തിക്കുന്നു.

ഉപഗ്രഹഫോട്ടോച്ചിത്രങ്ങളിൽ തെളിഞ്ഞ കറുത്ത കുത്തുകളിൽ വിസ്മയപ്പെട്ടാണ് ഫ്രാങ്ക് തന്റെ അന്വേഷണം ആരംഭിച്ചത്. ഭൂമിയിലേ യ്ക്കു പതിക്കുന്ന ചെറിയ ഉൽക്കകളാണ് കറുത്ത കുത്തുകൾ എന്ന നിഗമനത്തിൽ അദ്ദേഹം എത്തിച്ചേർന്നു. നൂറുടണ്ണോ അതിലധികമോ ഭാരമുള്ള മഞ്ഞുകട്ടകളാണ് യഥാർത്ഥത്തിൽ ഈ ഉൽക്കകൾ. ഒരു മിനി

റ്റിൽ 25 (വർഷത്തിൽ 10 ദശലക്ഷം) എന്ന കണക്കിലാണ് ഈ മഞ്ഞു ഭീമന്മാരുടെ വീഴ്ച. 40ശതകോടി വർഷങ്ങൾക്കുമുമ്പ് വർഷിക്കപ്പെട്ട മഞ്ഞുഗോളങ്ങളാണ് കടലുകളും സമുദ്രങ്ങളുമായി മാറിയത്. ഈ പ്രതി ഭാസം ഇന്നും തുടരുന്നു.

ഭൂമിയുടെ ഗുരുത്വാകർഷണം മഞ്ഞുൽക്കകളെ അതിന്റെ അന്തരീ ക്ഷത്തിലേയ്ക്കു പിടിച്ചുവലിക്കുന്നു. സൂര്യൻ അവയെ ആവിയാക്കി വാതകരൂപത്തിലാക്കുന്നു. ഭൗതികോപരിതലത്തിൽനിന്ന് 55 കി.മീ. താഴെയെത്തുമ്പോൾ വാതകകണങ്ങൾ അന്തരീക്ഷവായുവിലലിഞ്ഞ്, പൊട്ടിത്തെറിച്ച് മഞ്ഞായും മഴയായും ഭൂമിയിൽ പെയ്യുന്നു.

കുറച്ചുവർഷങ്ങൾക്കു മുമ്പ് നാസയും ഹവായ് സർവകലാശാല യും ഫ്രാങ്കിന്റെ സിദ്ധാന്തത്തിന്റെ വിശ്വാസ്യതയെക്കുറിച്ചു നടത്തിയ പ്ര ഖ്യാപനം മാധ്യമങ്ങൾ കൊണ്ടാടി. അനേകം ശാസ്ത്രജ്ഞന്മാർ ലോക ത്തെ ദർശിക്കാനുള്ള പുതിയ കാഴ്ചപ്പാടിനെ അംഗീകരിക്കാൻ ഇപ്പോഴും തയ്യാറായിട്ടില്ല.

ഈ പുതിയ സമീപനം വ്യാപകമായ പ്രാമാണികത്വം നേടണമെ ങ്കിൽ ലോകത്തിലെ പല പുസ്തകങ്ങളും മാറ്റിയെഴുതേണ്ടിവരും. മനുഷ്യ ന്റെ ഉദ്ഭവവും ഡാർവിന്റെ പരിണാമസിദ്ധാന്തവുമടക്കം ജീവനെ പ്രതിപാ ദിക്കുന്ന ലോകത്തിലെ മിക്കവാറും എല്ലാ ശാസ്ത്രസിദ്ധാന്തങ്ങളിലും ഈ കാഴ്ചപ്പാട് മാറ്റമുണ്ടാക്കും.

വെള്ളമില്ലാതെ പ്രാണവായുവുമുണ്ടാകില്ല എന്ന കാര്യം സാർവ ലൗകികമായി അംഗീകരിക്കപ്പെട്ടതാണ്. ജീവന്റെ സ്രോതസ്സായ വെള്ളം ഭൂമിക്കു പുറത്തുനിന്ന് അയയ്ക്കപ്പെട്ടതാണ് എന്ന് അംഗീകരിച്ചാൽ മനുഷ്യന്റേതടക്കം എല്ലാ ജീവനും ഈ ഗ്രഹത്തിന് അന്യമാണ് എന്ന യുക്തിയിലേയ്ക്ക് നാമെത്തിച്ചേരും.

ജലം ഭൗമേതരമാണ് എന്ന സിദ്ധാന്തവുമായി മുന്നോട്ടുപോയാൽ ജലത്തിന്റെ പല അസാധാരണ സ്വഭാവവിശേഷങ്ങളും എളുപ്പം വിശ കലനം ചെയ്യാനാവും.

എന്തുകൊണ്ട് മഞ്ഞ് ഒഴുകിനടക്കുന്നു? വെള്ളത്തിന് ഇത്ര ദ്രവീകരണശക്തി എങ്ങനെ ലഭിച്ചു? ഗുരുത്വനിയമങ്ങൾക്കു വിപരീതമായി ഒരു ടവ്വലിന് ജലം മുഴുവൻ വലിച്ചെടുക്കാൻ കഴിയുന്നതെന്തുകൊണ്ട്? ജലം ഈ ലോകത്തിന്റേതല്ല എന്ന നിലപാടിൽ ഉറച്ചുനിന്നാൽ ഈ കാര്യ ങ്ങളും ജലത്തെച്ചുറ്റിയ മറ്റു പല നിഗൂഢതകളും മനസ്സിലാക്കാൻ തീരെ പ്രയാസമില്ലാത്തതാകും.

ജലം മറ്റൊരു ലോകത്തുനിന്ന് എന്ന പ്രയോഗം അല്പം അതിശ

യോക്തി കലർന്നതായി തോന്നാം.

എന്നാലും, അതു നിങ്ങളുടെ ഭാവനയെ ഉണർത്തുന്നില്ലേ? പ്രപഞ്ച പഥത്തിലെ നീണ്ട പ്രയാണം കഴിഞ്ഞ് അടുത്ത യാത്രാഘട്ടം ജലം നമ്മുടെ ഗ്രഹത്തിൽ നിന്നു തുടങ്ങുന്നു.

മഞ്ഞിൻകൂട്ടം ഭൂമിയിലെത്തി മേഘരൂപമാണ്ട് മഞ്ഞുതരികളും മഴയുമായി പെയ്തൊഴിയുന്നു. പർവതങ്ങളെ കഴുകി മണ്ണിനടിയിലേയ്ക്ക് ഊർന്നുചെന്ന് ധാതുസമ്പത്താർജ്ജിച്ച് ഉപരിതലത്തിലേയ്ക്ക് വീണ്ടും ഉയർന്നുവരുന്നു. നദികളും സമുദ്രങ്ങളും ബാഷ്പീകരിക്കുന്ന സൂര്യൻ ജലത്തെ അന്തരീക്ഷത്തിലേയ്ക്കു തിരിച്ചെത്തിച്ച് മേഘരൂപത്തിലാ ക്കുന്നു. ജലവും കർമ്മപരിവൃത്തിയിലൂടെ സ്വരൂപിക്കുന്ന ധാതുക്കളും ചേർന്നാണ് ജീവൻ സാധ്യമാക്കുന്നത്. അന്തരീക്ഷത്തിലെ കാർബൺ ഡയോക്സൈഡ് സമുദ്രത്തിലേയ്ക്ക് ഉരുകിയൊലിച്ച് പ്രകാശസംശ്ളേഷണത്തിനു സന്നദ്ധമായ പൂർണ സന്തുലിത പാരിസ്ഥിതിക വ്യവസ്ഥയുണ്ടാക്കുന്നു.

3.8 ശതകോടി വർഷങ്ങൾക്കു മുമ്പാണ് സമുദ്രം ജീവന്റെ ആദ്യ തുടിപ്പിന് ഈറ്റില്ലമായത്. ആ തുടിപ്പിൽനിന്ന് പ്രകാശ സംശ്ലേഷണത്തിനു കഴിവുള്ള സമുദ്രതൃണങ്ങളിലേയ്ക്കു പരിണമിച്ചതോടെ പ്രാണവായുവിന്റെ ആദ്യദാനവും നടന്നു. ഈ പ്രാണവായു സൂര്യന്റെ നീലലോഹിത രശ്മികളുമായിച്ചേർന്ന് ഓസോൺപാളി എന്ന സുരക്ഷിത താഴ് വാരത്തിൽ ഭൂമിയെ രക്ഷാകവചത്തിനകത്താക്കി.

പിന്നീട്, 420 ദശലക്ഷം വർഷങ്ങൾക്കുമുമ്പ് ജീവൻ ജലലോകത്തിനുപുറത്ത് ആദ്യചുവടുവച്ചു. സമുദ്രത്തിന്റെ ആഴക്കയങ്ങളിൽനിന്ന് പ്രാണവായുവിന്റെയും ഓസോൺപാളിയുടെയും സഹായത്തോടെ ജീവൻ സ്വാതന്ത്ര്യം നേടി.

വെറും 20 ദശലക്ഷം വർഷം മുമ്പാണ് മനുഷ്യസദൃശരായ ജീവപിതാക്കൾക്ക് ആഫ്രിക്കയിൽ പിറവിയുണ്ടായെതെന്ന് വിശ്വസിക്കപ്പെടുന്നു. ഭൂമിയുടെ 4.6ശതകോടി വർഷത്തിന്റെ ചരിത്രം ഒരു വർഷമായി കണക്കുകൂട്ടുകയാണെങ്കിൽ അവസാന ദിവസം വൈകുന്നേരം 8 മണിക്കാണ് മനുഷ്യൻ ജനിച്ചതെന്നു പറയാം. പ്രാണവായുവിന്റെയും ഓസോ ൺപാളിയുടെയും രൂപീകരണമാണ് ഇതെല്ലാം സാധ്യമാക്കിയത്.

ജീവനെ നിർമ്മിച്ച് പരിണാമത്തിനു വഴിയൊരുക്കിയ പ്രേരകശക്തി തീർച്ചയായും വെള്ളമാണ്. പർവതങ്ങളിൽ നിന്നും

നദികളിൽ നിന്നും ജീവന്റെ അവശ്യപോഷകങ്ങൾ ദ്രവീകരിച്ച് സമുദ്രത്തിലേയ്ക്കു കൊണ്ടു പോകാൻ വെള്ളത്തിനുള്ള അനന്യസിദ്ധികൊണ്ടാണ് ഇതു സാധിച്ചത്.

ഈ മഹാനാടകം യാദൃച്ഛികം മാത്രമായിരുന്നോ എന്നതാണ് അടുത്ത ചോദ്യം. നമ്മുടെ ഭാവനയെ വെല്ലുവിളിക്കുന്ന ചിരംതമ പുരാതന ഇതിവൃത്തത്തിന്റെ ചുരുളഴിയൽ- ജീവന്റെ സ്ഫുരണവും പരിണാമത്തിനു പ്രാപ്തമായ തികവുറ്റ വ്യവസ്ഥയുടെ നിർമ്മാണവും - നമുക്കു താങ്ങാനാവാത്തതാണെങ്കിലും അതിനു പിന്നിലെ ഒരു മഹാനിശ്ചയ ത്തിന്റെ ഇടപെടൽ സുവ്യക്തമാണ്.

സുക്കുബ സർവകലാശാലയിൽനിന്നു വിരമിച്ച ആദരണീയ പ്രൊഫസർ കസുവോ മൗരാക്കമി ഡി.എൻ.എയുടെ റെനിൽ എന്ന ഓക്സൈഡ് ചിഹ്നം വ്യാഖ്യാനിച്ച് ആഗോളശ്രദ്ധ പിടിച്ചുപറ്റി. ഡി.എൻ. എ (ജൈവകോശങ്ങളിൽ ജനിതക വിവരങ്ങൾ അടങ്ങിയിരിക്കുന്ന ഭാഗം)യെക്കുറിച്ച് അറിയുന്തോറും ഒരദൃശ്യകരത്തിന്റെ സാന്നിധ്യം അംഗീകരിക്കാൻ നാം നിർബന്ധിതരായിത്തീരും എന്ന് അദ്ദേഹം വിലയിരുത്തുന്നു. ഏറ്റവും ചുരുങ്ങിയ ശൂന്യ ഇടങ്ങളിൽ ഇത്രയ്ക്കധികം വിവരം വളരെയധികം നിമിഷം പതിപ്പിക്കാൻ മഹത്തായ ഒന്നിനു മാത്രമേ കഴിയൂ എന്ന് അദ്ദേഹം ഓർമ്മപ്പെടുത്തുന്നു.

മഹത്തായ ആ ഒന്നിനെ ഒഴിവാക്കിയാൽ ജലത്തിന്റെയും ജീവന്റെയും മഹാനാടകത്തെ വിശദമാക്കാനാവില്ല. പ്രപഞ്ച മഹാനിശ്ചയത്തിനനുസരിച്ച കഥാഗതിയുടെ വിശദാംശങ്ങൾ ഇനിയും ചുരുളഴിയേണ്ട തായിട്ടുണ്ട്.

ഭൂമിക്കു പുറത്തെ പ്രപഞ്ചകേന്ദ്രം വിട്ട് ഭൂമിയിലേയ്ക്കു പതിച്ച ആദിമജലം എന്തുവിവരമാണ് കൊണ്ടുവന്നത്? ജീവൻ വികസിപ്പിക്കാൻ വേണ്ട പദ്ധതിയുടെ കരടുരൂപമായിരിക്കാം എന്നു ഞാനൂഹിക്കുന്നു. ജീവിതം എന്തൊക്കെയാണെന്നതിന്റെ ഒരു വ്യക്തചിത്രം ഇപ്പോൾ നിങ്ങൾക്കും കിട്ടിത്തുടങ്ങി എന്ന് ഞാനാശിക്കുന്നു.

ആകാശത്തുനിന്നു പൊഴിയുന്ന ജലം ഒട്ടേറെ, ഒരു പക്ഷേ നൂറു കണക്കിനു വർഷംകൊണ്ടാണ് മണ്ണിനടിയിലേയ്ക്കൂർന്ന് ഉപരിതലജലമായി മാറുന്നത്. സൂറിച്ച് സാങ്കേതിക സർവകലാശാലയിലെ ജോവൻ. എസ്. ഡേവിഡ് നദീജലത്തെക്കുറിച്ച് 30വർഷത്തോളം സ്വിറ്റ്സർലന്റിൽ ഗവേഷണം നടത്തി. ജ്ഞാനജലം എന്നാണ് വെള്ളത്തെ അവർ വിശേഷിപ്പിച്ചത്. താഴ്ത്തപ്പെട്ട വെള്ളത്തെ അപകചജലം എന്നും വിശേഷിപ്പിച്ചു.

ഭൂമിയിൽ പതിച്ച് മണ്ണിനടിയിലേയ്ക്ക് ഊർന്നിറങ്ങുന്ന പ്രക്രിയ യിലൂടെ വിവിധ ധാതുക്കളിൽ നിന്നു വിവരം ശേഖരിച്ചാണ് ജലം ജ്ഞാനി യാകുന്നത്.

30 വർഷത്തെ സേവനത്തിനുശേഷം സർവകലാശാലയിൽനിന്നു പിരിഞ്ഞ പ്രൊഫസർ ജോവൻ ഇപ്പോൾ ഗവേഷണങ്ങളിൽ ഏർപ്പെട്ടു കഴിയുന്നു. സ്വിറ്റ്സർലന്റിൽ നടന്ന ഒരു ചർച്ചായോഗത്തിൽ അവർ ക്കൊപ്പം പ്രബന്ധമവതരിപ്പിക്കാൻ എനിക്കു ഭാഗ്യമുണ്ടായി. ജലസംസ് കരണമാണ് അവരുടെ ഗവേഷണവിഷയം. നീണ്ട കുഴലുകളിലൂടെ വെള്ളം വിതരണം ചെയ്യുന്ന ഇപ്പോഴത്തെ സമ്പ്രദായം അനാരോഗ്യകര മായ മലിനജലമുണ്ടാകാൻ കാരണമാകുന്നു. ഉയർന്ന മർദ്ദത്തിൽ നെടിയ കുഴലുകളിലൂടെ സഞ്ചരിക്കുമ്പോൾ ജലത്തിന്റെ കെട്ടുപാട് തകരുകയും ധാതുക്കൾ നഷ്ടപ്പെടുകയും ചെയ്യും.

ദരിദ്രർക്കടക്കം ഒരു വലിയ വിഭാഗം ജനതയ്ക്ക് ആരോഗ്യപ്രദമായ ജലം എത്തിക്കാൻ എളുപ്പമാർഗം കണ്ടുപിടിക്കുന്നതിലാണ് ജോവൻ ശ്രദ്ധ കേന്ദ്രീകരിച്ചിട്ടുള്ളത്. അവരുടെ ഒരു നിർദ്ദേശം പരലുകൾ ഉപയോ ഗിക്കാനായിരുന്നു. ചെറിയ ഹിമപരലുകൾ വെള്ളത്തിൽ നിവേശിപ്പിച്ചാൽ ധാതുക്കൾ നശിക്കാതെ നിലനിർത്താനാവും. ജലം ആരോഗ്യദായകമായി ത്തീരുകയും ചെയ്യും. കാന്തമുപയോഗിച്ച് ജലത്തിന്റെ ഗുണനിലവാരം ഉയർത്താനും സ്വതന്ത്രജലസഞ്ചാരത്തിനുതകുന്ന കുഴലുകൾ നിർമ്മി ക്കാനും അവർ പരീക്ഷണങ്ങൾ നടത്തി. ജലവിതരണത്തിൽ പ്രകൃതിദ ത്തമായ സഞ്ചാരരീതി എങ്ങനെ അവതരിപ്പിക്കാം എന്ന് അവർ അന്വേ ഷിച്ചുകൊണ്ടിരുന്നു. തന്റെ ഗവേഷണങ്ങളെക്കുറിച്ച് ജോവൻ ഇങ്ങനെ പറഞ്ഞു.

ഹിമപരലുകളിൽ നിങ്ങൾ നടത്തിയ അന്വേഷണത്തെക്കുറിച്ച് പലരും ഉത്സാഹത്തോടെ പറയുന്നത് ഞാൻ കേട്ടിരുന്നു. ഈ പരീക്ഷണ ങ്ങൾക്ക് ജനങ്ങളോടു നിർദ്ദേശിക്കാൻ തീർച്ചയായും പലതും കാണു മെന്ന് ഞാനൂഹിച്ചു. ഒന്നാമത്തെ നിർദ്ദേശം വെള്ളത്തെ അല്പംകൂടി ആദരിക്കുക എന്നതാണ്. വളരെ നേർത്ത ഊർജ്ജത്തോടു പോലും ജലം പ്രതികരിക്കുന്ന കാര്യം മനസ്സിലാക്കുക എന്നതാണ് മറ്റൊരു കാര്യം. ജലം സംരക്ഷിക്കാൻ ഇന്നത്തെ ചുറ്റുപാടിൽ ഒരു മാർഗവും ഇല്ല എന്ന വസ്തുത ശാസ്ത്രജ്ഞന്മാരും അധികൃതരും അറിഞ്ഞിരിക്കണം എന്നും എനിക്കു ബോധ്യപ്പെടുത്താനുണ്ട്.

എന്റെ പരീക്ഷണങ്ങൾ ആരോഗ്യരംഗത്തും വൈദ്യശുശ്രൂഷാ രംഗത്തും പ്രയോജനപ്പെടുത്താം എന്നും കരുതുന്നു. ജലത്തിന്റെ ഭൗതിക ഘടനയെക്കുറിച്ച് ആർക്കും ഒരു താല്പര്യവുമില്ല. എല്ലാവരും ധാതുജലം നല്ലതാണെന്നു പറയുന്നു. പക്ഷേ, ധാതുജലത്തിലെ ധാതുലവണങ്ങൾ രക്തധമനികൾ കട്ടിയാക്കും എന്ന വാസ്തവം മിക്കവർക്കും അറിഞ്ഞു കൂട. മാത്രമല്ല, കാർബൺ ഡയോക്സൈഡ് അലിയിച്ച ധാതുജലത്തിന് വർദ്ധിച്ച അമ്ളീകരണ ശേഷിയുള്ളതിനാൽ ശരീരം രോഗാതുരമാക്കു കയും ചെയ്യും. ഏതു തരത്തിലായാലും കുപ്പിവെള്ളം ഒഴിവാക്കി സ്വാഭാ വിക പ്രവാഹമുള്ള വെള്ളം ഉപയോഗിക്കാൻ കഴിയണം. വെള്ളത്തിനു സ്വാതന്ത്ര്യം വേണം.

ജോവൻ ഇതും പറഞ്ഞു:

സർവപ്രധാനമായ കാര്യം ജലത്തെ ബഹുമാനത്തോടെ കാണാനുള്ള നമ്മുടെ ആഗ്രഹം തിരിച്ചുപിടിക്കുക എന്നതാണ്. ജലത്തോടുണ്ടാ യിരുന്ന അഭിമതി ആധുനികസംസ്കാരത്തിൽ അവമതിയായി മാറിയിരി ക്കുന്നു. പുരാതന ഗ്രീസിലെ ജനങ്ങൾ വെള്ളത്തെ ശരിക്കും പൂജിച്ചി രുന്നു. ജലസംരക്ഷണത്തിൽ ഊന്നുന്നതാണ് പല ഗ്രീക്ക് പഴങ്കഥകളും. ശാസ്ത്രത്തിന്റെ വരവോടെ അശാസ്ത്രീയമെന്ന് ഈ പഴങ്കഥകളെ പുച്ഛിച്ചുതള്ളി. വെള്ളത്തിന്റെ നിഗൂഢാത്മകത തകരുകയും ആവശ്യ ത്തിനു കഴുകി വൃത്തിയാക്കാവുന്ന അനേകം വസ്തുക്കളിൽ ഒന്നായി മനുഷ്യനതിനെ മാറ്റുകയും ചെയ്തു. ശുദ്ധീകരിച്ച ജലം ശുദ്ധമല്ലെന്ന് ചിലപ്പോഴൊക്കെ നാം പരിതപിക്കാറുണ്ട്. ആരോഗ്യകേന്ദ്രങ്ങളിൽ സംസ്കരിച്ചെടുക്കുന്ന ജലത്തിൽനിന്ന് സുന്ദരപരലുകൾ രൂപപ്പെടുത്താ നാവില്ല. ശുദ്ധീകരണമല്ല ശ്രേഷ്ഠപദലബ്ധിയാണ് ജലം ആഗ്രഹിക്കു ന്നത്.

അവസാനം ഈ ഉപദേശം ജോവൻ എനിക്കു തന്നു:

ഹിമപരലുകളിലെ ഗവേഷണത്തിന് ഭൗതികാടിത്തറ സ്ഥാപിക്കൻ കഴിഞ്ഞാൽ ലോകത്തോട് യുക്തിപൂർണമായ പ്രഖ്യാപനം ഇവിടെ നിന്നു നടത്താം. ജലരഹസ്യങ്ങൾ തേടുന്ന അന്വേഷണങ്ങളിൽ സ്വിറ്റ്സർല ന്റിന്റെ പ്രശസ്തി ലോകം മുഴുവൻ. അംഗീകരിച്ചിട്ടുള്ളതാണല്ലോ.

എന്റെ ജലഗവേഷണങ്ങൾ പൊതുജനങ്ങളിലെത്തിക്കാൻ സഹായിക്കുന്ന ഒരു കേന്ദ്രം സ്വിറ്റ്സർലന്റിൽ സ്ഥാപിക്കണമെന്ന് ആലോചിച്ചിരുന്ന വേളയിൽ ജോവന്റെ വാക്കുകൾ വളരെ പ്രോത്സാഹജനകമായി

ത്തോന്നി.

വിവരങ്ങൾ പകർത്തുന്ന ജലം ഭൂമിയിലൂടെ പ്രവഹിക്കുന്നതി നിട യ്ക്ക് അവ വിതരണം ചെയ്യുന്നു. പ്രപഞ്ചത്തിൽ നിന്ന് അയയ്ക്കപ്പെട്ട ജലം ജീവന്റെ വിവരങ്ങൾ നിറഞ്ഞതാണ്. അവ്യക്തമായ ഈ വിവര ങ്ങൾ വ്യാഖ്യാനിക്കാനാവുന്ന ഒരു മാർഗ്ഗമാണ് ഹിമപരൽനിരീക്ഷണം.

ജലത്തിൽ നിന്നു രൂപപ്പെട്ട രമണീയമായ പരലുകൾ വീക്ഷിക്കു മ്പോൾ ജീവന്റെ സാക്ഷാത്കാരത്തിലൂടെയാണ് കണ്ണോടിക്കുന്നതെന്ന് ഞാൻ മനസ്സിലാക്കുന്നു. ശുഭാപ്തി നിറഞ്ഞ പദങ്ങൾക്കു നേരെ ജലം രൂപപ്പെടുത്തിയത് സൗന്ദര്യം മാത്രം നിറഞ്ഞ പരലുകളാണ്. സ്നേഹം, കൃതജ്ഞത തുടങ്ങിയ വാക്കുകളോട് വെള്ളത്തിന്റെ പ്രതികരണം ഔന്ന ത്യത്തിൽ കുറഞ്ഞ ഒന്നല്ല. ജീവിതത്തെ പൂർണരീതിയിൽ സാക്ഷാത് കരിക്കാൻ ഈ ശുഭവചനങ്ങൾ ജലത്തിന് ആവേശം പകരുന്നു.

ജീവൻ സൃഷ്ടിക്കുന്നതിന്റെ ആനന്ദംകൂടി ജലപരൽ നിരീക്ഷണ ത്തിലുണ്ടെന്നാണ് എന്റെ അഭിപ്രായം. നാം നോക്കിനിൽക്കുന്നതിനിടെ ജലം അതിന്റെ ആകാരം നിരന്തരം മാറ്റുന്നു. നിങ്ങളുടെ നോട്ടത്തിനു മുണ്ട് ഓജസ്സ്. സദ്വീക്ഷണം സാഹസികത പകരുന്നു. ദുർനേത്രങ്ങൾ എല്ലാം കളഞ്ഞുകുളിക്കുന്നു.

ഞങ്ങളുടെ മാസികയുടെ വരിക്കാരായ ഒരു കുടുംബം രസകര മായൊരു പരീക്ഷണം നടത്തി. രണ്ടു ഗ്ലാസ്സ്ജാറുകളിൽ നെന്മണി നിറച്ച് അതിലൊന്നിന്റെ വായിൽ നിങ്ങൾക്കു നന്ദി എന്നും അടുത്തതിന്റെ വായിൽ നീ വിഡ്ഢി എന്നും ദിവസേന ആവർത്തിച്ചു പറഞ്ഞു കൊണ്ടി രുന്നു. സ്കൂൾ വിട്ടുവരുമ്പോൾ കുട്ടികളും രസകരമായ ഈ വായ്ത്താരി ആവർത്തിച്ചു കൊണ്ടിരുന്നു. ഒരു മാസത്തോളം ജാറുകളിലെ മാറ്റത്തെ അവർ പിന്തുടർന്നു.

ഒരു മാസം കഴിഞ്ഞ് നിങ്ങൾക്കു നന്ദി എന്ന വാക്കുകൾ കേട്ടിരുന്ന നെന്മണികൾ യവപാനീയത്തിന്റേതു പോലെ സ്നിഗ്ദ്ധസുഗന്ധത്തോ ടെ നുരയാൻ തുടങ്ങി. നീ വിഡ്ഢി കേട്ട നെന്മണികളാകട്ടെ കറുത്തു ചീഞ്ഞുപോയി.

ഈ പരീക്ഷണത്തെക്കുറിച്ച് ഞാനെഴുതിയതു വായിച്ച് ജപ്പാനിലെ അനേകം കുടുംബങ്ങൾ അതേ പരീക്ഷണത്തിൽ മുഴുകി. എല്ലാവരും ഒരേ ഫലം തന്നെ എന്നെ അറിയിച്ചു. ചിലർ പരീക്ഷണത്തിൽ ചില പൊടിക്കൈകൾ പ്രയോഗിച്ചു. രണ്ടു കുപ്പികൾക്കു പുറമെ മൂന്നാമതൊരു കുപ്പിയിൽക്കൂടി നെന്മണികളിട്ട്

അതിനെ അപ്പാടെ അവഗണിച്ചു.

എന്തു സംഭവിച്ചിരിക്കും എന്നാണ് നിങ്ങൾ കരുതുന്നത്? ആദ്യം ചീഞ്ഞത് അവഗണിക്കപ്പെട്ട നെന്മണികളായിരുന്നു. ഈ പരീക്ഷണവും ചിലർ ആവർത്തിച്ചു. ഫലം തഥൈവ. പരിഹാസത്തേക്കാൾ ഹൃദയഭേദകമാണ് അവഗണന എന്ന് ഇതു വ്യക്തമാക്കുന്നു.

പരിഗണന നല്ലതോ കെട്ടതോ ആകട്ടെ ഊർജ്ജം പ്രസരിപ്പിക്കുന്നു. ഏറ്റവും കടുത്ത പെരുമാറ്റം അവഗണനയാണ്.

ഈ പരീക്ഷണത്തിൽ കാമ്പുറ്റ ഒരു പാഠമുണ്ട്. കുട്ടികളെ താലോലിക്കാനും അവരോടു മിണ്ടിപ്പറഞ്ഞു രസിക്കാനും നമുക്കു കഴിയണം. ആശയരൂപീകരണദശയിൽ സ്നേഹത്തിന്റെയും കാരുണ്യത്തിന്റെയും വാക്കുകളാണ് സംസാരിച്ചു തുടങ്ങേണ്ടത്.

സൗമ്യമായ ശുശ്രൂഷയാണ് വീട്ടുചെടികൾക്കു നൽകേണ്ടത്. കരുണയോടെ വീക്ഷിച്ച് മൃദുവായി അവയെ ഉത്സാഹപ്പെടുത്തുക. എല്ലാം അവയെ ഉന്മിഷത്തായി നിലനിർത്തുന്നു. വീട്ടുമൃഗങ്ങളോടും പ്രാണി കളോടും ഇതേരീതിയിൽ പെരുമാറണം.

കൂടുതൽ കൂടുതലാളുകൾ വെള്ളത്തെ വിലമതിക്കാനും കരുണയുടെ കിരണം അതിനുനേരെ ചൊരിയാനും ഈ പുസ്തകം കാരണമാകട്ടെ എന്നു ഞാൻ പ്രതീക്ഷിക്കുന്നു. വളരെ മനോഹരമായ പരലുകൾ നിർമ്മിക്കാൻ അങ്ങനെ ജലത്തിനു കഴിയട്ടെ. ചെറുതെങ്കിലും സുന്ദര മായൊരു ലോകത്തിന്റെ നിർമ്മാണത്തിൽ നമുക്കും പങ്കുചേരാം.

ആസ്വദിച്ചു സൃഷ്ടി നടത്തുന്നവനാണ് ഈശ്വരൻ. തന്റെ നിർമ്മാണവൈഭവം മനുഷ്യനും പകർന്നുതരണമെന്ന് ഈശ്വരൻ ആഗ്രഹിക്കുന്നു. താൻ പകർന്നുനൽകുന്ന വൈഭവം മനുഷ്യൻ എങ്ങനെ പ്രയോജനപ്പെടുത്തുന്നു എന്ന് തികച്ചും സൗമ്യനായി അവൻ നിരന്തരം വീക്ഷിച്ചുകൊണ്ടിരിക്കുന്നു.

ജലത്തിന്റെ ആത്മാവാണ് ജീവന്റെ സ്മൃതി ഭൂമിയിലേയ്ക്കു കൊണ്ടുവന്നത്. ഈ സ്മൃതിയിൽ നിന്ന് പ്രാണനുണർന്നു. പ്രാണികളുരു വാർന്നു. നിങ്ങളും ഞാനുമൊക്കെയുണ്ടായി. ഒരിക്കൽക്കൂടി ആർദ്രനയന ങ്ങളോടെ ജലത്തെ പ്രാണനൂതി ഉണർത്താം. നിങ്ങളുടെ ബോധാവ ബോധങ്ങളും സ്നേഹോദിത മന്ദസ്മിതവും വെള്ളത്തിന് പുതുജീവൻ പകരട്ടെ. ഒരു നവ തേജോമയവിശ്വം നമുക്കു രൂപപ്പെടുത്താം.

എല്ലാം പ്രജ്ഞയുണ്ടാക്കുന്നു

വെള്ളത്തിന്റെ അദ്ഭുതങ്ങളിൽ ഉന്മത്തനായതിനുശേഷം ലോകത്തിന്റെ നാനാഭാഗത്തുനിന്നും ജലജാതികൾ ശേഖരിച്ച് പരിശോധിക്കാൻ എനിക്ക് അവസരം ലഭിച്ചു. ജലം എവിടെനിന്നുമാകട്ടെ ഓരോ മാതൃകയ്ക്കും അതിന്റേതുമാത്രമായ വ്യക്തിത്വവിശേഷങ്ങളുണ്ട്.

ജലം മലിനമാകുന്നത് ഞാനീ കണ്ണുകൊണ്ട് കണ്ടിട്ടുണ്ട്. എണ്ണയ്ക്കു വേണ്ടി യുദ്ധം ചെയ്താണ് 20ാം നൂറ്റാണ്ട് ആരംഭിച്ചതെന്ന് ലോക വ്യാപാരസംഘടന പറയുന്നു. 21-ാം നൂറ്റാണ്ട് നടത്താൻ പോകുന്നത് ജലത്തിനു വേണ്ടിയുള്ള യുദ്ധമാണ്.

ജപ്പാനിലെ കുഴൽവെള്ളത്തിൽ നിന്ന് ക്ലോറിൻ കാരണം പരലുകൾ ഉണ്ടാവുന്നില്ലെന്ന് ഞാൻ പറഞ്ഞു. 20-ാം നൂറ്റാണ്ടിന്റെ ആരംഭത്തിൽ ലണ്ടനിൽ പരീക്ഷിച്ചു തുടങ്ങിയ ക്ലോറിൻ 50 വർഷമായി ജപ്പാനിൽ ഉപയോഗിച്ചുവരുന്നു. ഇതിനു നേരെ വിപരീതമാണ് അരുവികളിൽ നിന്നും നദികളിൽനിന്നും മറ്റു പ്രകൃതിസ്രോതസ്സുകളിൽ നിന്നും ശേഖരിച്ച വെള്ളത്തിന്റെ കാര്യം. മനോജ്ഞമായ പരലുകളാണ് അവ രൂപപ്പെടു ത്തുന്നത്. 50 വർഷം മുമ്പ് വ്യവസായവൽക്കരണം തുടങ്ങിയ കാലത്ത് മേഘങ്ങളിലൂടെ പെയ്തിറങ്ങി മണ്ണിൽ ശേഖരിക്കപ്പെട്ടിട്ടുള്ള വെള്ളമാണ് ഇന്നു ജപ്പാനിൽ കാണുന്നത്.

മഴവെള്ളത്തിന്റെ മലിനീകരണം ആഗോളതലത്തിലേയ്ക്ക് വ്യാപി ച്ചിരിക്കുന്നു. ഡയോക്സിൻ മലിനമാക്കിയ കുഴൽവെള്ളത്തിന്റെ ചിത്രം ജപ്പാനിലെ ഒരു നഗരത്തിൽനിന്നെടുക്കാൻ ഞാൻ വളരെ പരിശ്രമിച്ചു. പരലിന്റെ ഒരു നിഴൽപോലും രൂപപ്പെട്ടില്ല. വ്യവസായികാവശിഷ്ടങ്ങൾ ലോകം മുഴുവൻ വ്യാപിച്ച് ജലത്തിൽ വിഷാംശം കലക്കിക്കൊണ്ടിരി ക്കുന്നു.

എങ്കിലും പ്രത്യാശയ്ക്കുവകയുണ്ട്. ഡയോക്സിൻ മലീനീകരണം നേരിടുന്ന നഗരവാസികൾ ജലം മാലിന്യമുക്തമാക്കാൻ ഉത്സാഹിക്കു ന്നുണ്ട്. ഓരോ വർഷവും പരലുകൾ രൂപപ്പെടൽ അവിടെ

എളുപ്പമായി ത്തുടങ്ങിയിരിക്കുന്നു. മാലിന്യങ്ങൾ ഉടലെടുക്കുന്നത് നമ്മുടെ തന്നെ പ്രജ്ഞയിൽ നിന്നാണ്. ഏതു തരത്തിലായാലും സമൃദ്ധിയും സൗകര്യ ങ്ങളുംകൊണ്ട് സമ്പന്നമായ ഒരു ലോകം നമുക്കു വേണം. പരിസ്ഥി തിയെ മലിനമാക്കിയത് ഈ സ്വാർത്ഥതയാണ്. ഭൂഗോളത്തിന്റെ ഓരോ കോണും ബാധിക്കപ്പെട്ടു കഴിഞ്ഞു.

ജലത്തിലൂടെ പ്രതിബിംബിക്കുന്ന നമ്മുടെ ആത്മാവിനെത്തന്നെ യാണ് പരൽച്ചിത്രങ്ങൾ കാണിച്ചുതരുന്നത്. അവയ്ക്ക് സാദൃശ്യം എന്തിനോടാണ്? അവ കാണപ്പെടേണ്ടത് അങ്ങനെയാണോ? ഈ ചോദ്യ ങ്ങൾക്ക് വെള്ളത്തിലൂടെ ഉത്തരം കണ്ടെത്തണം.

നാം മുന്നേറേണ്ട ദിശ ഏതാണ്? എന്തുപങ്കാണ് നമ്മുടെ ഗ്രഹത്തെ രക്ഷിക്കാൻ നമുക്കു വഹിക്കാനാവുക? ഈ ചോദ്യങ്ങൾ പരിഗണിക്കുക കൂടി ചെയ്യണമെങ്കിൽ ആദ്യം തിരിച്ചറിയേണ്ടത് മനുഷ്യമഹത്ത്വമാണ്. പിശാചിന്റെ പിണിയാളാണ് മനുഷ്യൻ എന്ന വിചാരം പിഴുതുമാറ്റേണ്ട സമയം ആസന്നമായിരിക്കുന്നു. ഓരോരുത്തരിലുമുള്ള ആന്തരികശ ക്തിയെ നാം വിലകുറച്ചു കാണുകയാണ്. യഥാർത്ഥത്തിൽ നമ്മിലുള്ളത് വിലമതിക്കാനാവാത്ത ശക്തിയാണ്.

ഏകദേശം 108 നും 111 നും മധ്യേ മൂലകങ്ങളുണ്ടെന്ന് ശാസ്ത്ര ജ്ഞന്മാർ കണക്കാക്കിയിട്ടുണ്ട്. 108 എന്നാണ് എനിക്കു തോന്നുന്നത്. അതിന്റെ കാരണം പിന്നീട് വിവരിക്കാം. ജീവജാലങ്ങളിൽ 90മൂലകങ്ങൾ അടങ്ങിയിട്ടുള്ള ഏകജീവി മനുഷ്യനാണ്. ഇനിയും ഏറെ മൂലകങ്ങൾ നമ്മിലുണ്ടെന്ന് കണ്ടുപിടിക്കാനിരിക്കുന്നതേയുള്ളൂ. ഒരു പക്ഷേ, പൂർണ്ണ മനുഷ്യരാവുന്നതിനിടയ്ക്ക് കൂടുതൽകൂടുതൽ മൂലകങ്ങൾ ആർജ്ജിച്ചു കൊണ്ടിരിക്കയുമാവാം.

പരിണാമം എത്ര വികസിക്കുന്നുവോ മൂലകനിരയും വർദ്ധിച്ചു കൊ ണ്ടിരിക്കുന്നു. മനുഷ്യരെ അപേക്ഷിച്ച് സസ്യങ്ങൾ വളരെക്കുറച്ചു മൂലക ങ്ങളേ സ്വാംശീകരിക്കുന്നുള്ളൂ. മൂലകങ്ങൾ കുറയുന്നതിനനുസരിച്ച് മാന സികവിക്ഷോഭത്തിന്റെ അളവിലും കുറവു സംഭവിക്കുന്നു. പരിണാ മഗതിയിൽ മനുഷ്യരോടു വളരെ അടുത്തു നിൽക്കുന്ന മൃഗങ്ങൾക്കും വേദനയറിയാം. എന്നാൽ വിഷാദിക്കാനും ആസക്തരായിത്തീരാനും മനു ഷ്യനു മാത്രമേ കഴിയൂ.

മനുഷ്യന്റെ ഉള്ളിൽ ഒരു പ്രപഞ്ചമുണ്ടെങ്കിൽ പ്രപഞ്ചത്തിലെ എല്ലാ മൂലകങ്ങളും അവനിലും ഉണ്ടാവണമെന്ന് സ്വാഭാവികമായും അനു മാനിക്കാം. ബുദ്ധമതാശയ പ്രകാരം മനുഷ്യൻ ജനിക്കുന്നത്

108 ഭൗമതൃ ഷ്ണകളോടെയാണ് (സംശയം, അടുപ്പം, അസൂയ, പൊങ്ങച്ചം തുടങ്ങി യവ)! ജീവിതകാലം മുഴുവൻ അവ നമ്മെ പീഡിപ്പിച്ചുകൊണ്ടിരിക്കുന്നു. 108 തൃഷ്ണകളുടെ പ്രതിരൂപങ്ങൾ 108 മൂലകങ്ങളിൽ അടങ്ങിയിരിക്കുന്നു എന്നു കരുതാൻ യുക്തിയുണ്ട്.

ജപ്പാനിൽ ഞാനവതരിപ്പിച്ച ആദ്യ കമ്പനമാപിനി ഇതു തെളിയിക്കു ന്നതിൽ വളരെ മുന്നോട്ടുപോയിട്ടുണ്ട്. ചുറ്റും ഉണ്ടാകുന്ന ഓരോ കമ്പന ത്തെയും അളക്കാനും ജലത്തിലേയ്ക്ക് അവ അനുലേഖനം ചെയ്യാനും അതിനു കഴിഞ്ഞിരുന്നു. പല തരത്തിലും പെട്ട ആളുകൾ പുറപ്പെടു വിക്കുന്ന കമ്പനം അളക്കാൻ എനിക്കു കഴിഞ്ഞു. നമ്മുടെ ചില നിഷേധ കമ്പനങ്ങൾക്ക് ചില മൂലകങ്ങളുടെ കമ്പനവുമായുള്ള പൊരുത്തം ഞാൻ തിരിച്ചറിഞ്ഞു.

അസ്വസ്ഥതയ്ക്ക് രസവുമായി ബന്ധമുണ്ട്. കോപത്തിന് ഇയ്യവു മായാണ് ബന്ധം. വിഷാദത്തെയും യാതനയെയും പ്രതിനിധാനം ചെയ്യു ന്നത് അലൂമിനിയമാണ്. കാഡ്മിയം സന്നിഗ്ധത ഉൾക്കൊള്ളുന്നു. ഉരുക്ക് നിരാശയാണ്. സിങ്കിന് സമ്മർദ്ദവുമായി ബന്ധമുണ്ട്.

അലൂമിനിയോപകരണങ്ങളുടെ ഉപയോഗം അൽഷൈമേഴ്സ് രോഗത്തിനു കാരണമാകുമെന്ന് അടുത്ത കാലത്ത് ചൂണ്ടിക്കാണിക്ക പ്പെട്ടിട്ടുണ്ട്. അലൂമിനിയത്തിൽ വിഷാദത്തിന്റെ കമ്പനാവൃത്തി ഉള്ളതു കൊണ്ടാവാം ഇങ്ങനെ സംഭവിക്കുന്നത്. വാർദ്ധക്യത്തിന്റെ യാതനയും വിഷാദവും അലൂമിനിയം ഊതിവീർപ്പിക്കുന്നു. അൽഷൈമേഴ്സിന്റെ പിടിയിൽ അകപ്പെടുത്തുകയും ചെയ്യുന്നു.

കഴിഞ്ഞ അധ്യായത്തിൽ സൂചിപ്പിച്ച ജലശാസ്ത്രജ്ഞ ജോവൻ ഡേവിസ് രസകരമായി ഇങ്ങനെ കൂട്ടിച്ചേർത്തിട്ടുണ്ട്:

നക്ഷത്രരാശികൾ ജലത്തെ സ്വാധീനിക്കുന്നത് എങ്ങനെയെന്നറി യാൻ ഒരു ഭൗതിക ശാസ്ത്രജ്ഞൻ പരീക്ഷണം നടത്തി. നക്ഷത്രങ്ങൾ ചില പ്രത്യേക സ്ഥാനങ്ങളിലായിരിക്കുമ്പോൾ കടലാസ് എത്ര പെട്ടെന്ന് ധാതുജലം വലിച്ചെടുക്കും എന്ന് അദ്ദേഹം പരിശോധിച്ചു.

ശനിക്ക് ഭൂമിയിൽ വല്ലാത്ത സ്വാധീനമുണ്ടെന്ന് അദ്ദേഹം കണ്ടെ ത്തി. ശനിയുടെ നിയന്ത്രണത്തിലായിരിക്കുമ്പോൾ ഇയ്യം വളരെപ്പെട്ടെന്ന് പ്രതികരിച്ചു. ചെമ്പ്, വെള്ളി, ഉരുക്ക് എന്നിവ പ്രതികരിച്ചേയില്ല.

ശനിക്കും ഇയ്യത്തിനും തമ്മിൽ ഗാഢബന്ധമുണ്ടെന്ന് ഇതിൽ നിന്ന് അനുമാനിക്കാം. ലോഹങ്ങൾ മനുഷ്യന്റെ വികാരങ്ങളും മാനസികാ വസ്ഥകളും പ്രതിഫലിപ്പിക്കുന്നു. ഇതിൽനിന്നുണ്ടാകുന്ന

യുക്തി ശനിക്ക് കോപവുമായി വളരെ അടുത്ത ബന്ധം ഉണ്ടെന്നാണ്. വ്യക്തിത്വവും ഗ്രഹനിലയും തമ്മിൽ ജ്യോത്സ്യന്മാർ കല്പിക്കുന്ന ബന്ധത്തിന് ലോഹവുമായി എന്തെങ്കിലും അടുപ്പം കാണും.'

108 മൂലകങ്ങളും 108 തൃഷ്ണകളും പരസ്പരം ബന്ധപ്പെട്ടിരിക്കുന്നു എന്ന ആശയഗതി ഉള്ളതിനാൽ ഈ സിദ്ധാന്തം എനിക്ക് അർത്ഥപൂർണമാണ്. സൗരയൂഥത്തിൽ ഒമ്പതു ഗ്രഹങ്ങളുണ്ട്. 12 കൊണ്ടു ഗുണിച്ചാൽ 108 കിട്ടുന്ന ഒരു സംഖ്യ. ഗുണനപ്പട്ടിക ഉപയോഗിച്ച് ഏതു ഗ്രഹം ഏതു മൂലകത്തോടു പൊരുത്തപ്പെട്ടിരിക്കുന്നു എന്ന് ഒരുനാൾ നമുക്കു പറയാൻ കഴിഞ്ഞേക്കാം.

എന്റെ പുസ്തകത്തിന്റെ രൂപരേഖ തയ്യാറാക്കുമ്പോൾ ഒരു ടെലിവി ഷൻ പരിപാടി കാണാനിടയായി. ശൂന്യാകാശത്തിൽ എവിടെയോ വെച്ച് പൊട്ടിത്തെറിച്ച ഒരു നക്ഷത്രത്തിന്റെ കഠോരാഗ്നിയിൽ നിന്ന് ഉണ്ടായ വയത്രേ ഭൂമിയിലെ മൂലകങ്ങൾ എന്ന് ആ പരിപാടി ചൂണ്ടിക്കാണി ക്കുന്നു. പ്രഹേളികയുടെ രസകരമായ ഒരു തുണ്ടുകൂടി.

ജീവിതകാലത്തിനിടയ്ക്ക് 108 തൃഷ്ണകളുമായി നാം ബന്ധപ്പെട്ടിരിക്കും. ഒരിക്കലും ഒഴിവാക്കാനാവാത്ത ഈ അശുഭവികാരങ്ങളെ എങ്ങനെ കൈകാര്യം ചെയ്യും? അതറിഞ്ഞാൽ ജീവിതത്തിന്റെ ധർമ്മ പഥം മുന്നിൽ തെളിയും. മനസ്സിൽ കോപം, വിഷാദം, ശത്രുത തുടങ്ങിയ കടുത്തവികാരങ്ങൾ സമ്മർദ്ദം ചെലുത്തുമ്പോൾ എന്തു ചെയ്യണം?

തീക്ഷ്ണവികാരങ്ങളിൽ നിന്നു രക്ഷപ്പെടുക എളുപ്പമല്ലെന്നും അങ്ങിനെ രക്ഷപ്പെടേണ്ട ആവശ്യമില്ലെന്നും ആദ്യമേ അറിയുക. ആസക്തികളിൽനിന്നു മുക്തനായി ആരും ഈ ലോകത്തിലില്ല. ആദിമാനവൻ തൊട്ട് വിദൂരഭൂതത്തിലെ പ്രപിതാമഹന്മാരുടെ വരെ സ്മൃതികൾ നമ്മ ളിൽ സൂക്ഷിക്കുന്നുണ്ട്. അവരിലെ നിഷേധാത്മകത്വത്തിന്റെ ഒരംശം നമ്മ ളിലേയ്ക്കും പകർത്തപ്പെടാതെ വയ്യ. ആത്മാവിനെ എപ്പോഴും കാർന്നു കൊണ്ടിരിക്കുന്ന ഈ ദുഷ്ചിന്തകൾ ഒഴിവാക്കി ജീവിക്കുകയും പ്രയാസം. ഈ അശുഭലോകത്തിലെ സകലതിൽ നിന്നും രക്ഷനേടി ഒരു നിമിഷത്തേ ക്കെങ്കിലും ജീവിക്കാൻ നമുക്കു കഴിയുമോ?

കഴിയും എന്ന വ്യക്തമായ ഉത്തരം കമ്പനത്തിന്റെ തത്ത്വങ്ങൾക്കു നൽകാനാവും. നിഷേധത്തിനു കടകവിരുദ്ധമായ വികാരങ്ങൾ ശ്രവി ക്കുക എന്നതാണ് കരണീയമാർഗ്ഗം. പ്രതിദ്വന്ദ്വങ്ങളെ ലയിപ്പിച്ച് ദുഷ്ചിന്ത കൾ അപ്രത്യക്ഷമാക്കാം.

ജപ്പാനിലെ ഒരു സർവകലാശാല ശബ്ദത്തെ ശബ്ദംകൊണ്ട്

എങ്ങ നെ മായ്ക്കാം എന്നൊരു സിദ്ധാന്തം കുറച്ചുകാലം മുമ്പ് അവതരിപ്പിക്കുക യുണ്ടായി. അനാവശ്യശബ്ദത്തെ മായ്ക്കാൻ ഒരു ശബ്ദം ഉൽപ്പാദിപ്പി ക്കുന്നു. അങ്ങനെ നിശ്ശബ്ദമായ ഒരു തലം രൂപപ്പെടുത്തുന്നു. അനാവശ്യ ശബ്ദത്തിന്റെ തരംഗവ്യാപ്തി തിരിച്ചറിഞ്ഞുകൊണ്ട് തികച്ചും പ്രതിദ്വന്ദ്വി യായ ശബ്ദം നിർമ്മിക്കാനും ഉച്ചഭാഷിണികളിലൂടെ പ്രക്ഷേപണം ചെയ്യാനും ഗവേഷകർക്കു കഴിഞ്ഞിരുന്നു. ആദ്യശബ്ദത്തെ പരിപൂർണ മായി നീക്കിക്കൊണ്ടാണ് ഇതു സാധിക്കുന്നത്. മോട്ടോർ വാഹന എൻജി നുകളുടെ ശബ്ദം മാറ്റിസ്ഥാപിക്കാനും ഇതേ തത്ത്വം ഉപയോഗിക്കു ന്നുണ്ട്. ഇതിനു സമാന്തരമായി മനുഷ്യവികാരങ്ങൾക്കും സിദ്ധാന്ത ങ്ങളുണ്ട്. ഓരോ നിഷേധവികാരത്തിനും തുല്യവിപരീതമായ അനുകൂല വികാരമുണ്ട്. പ്രതികൂലാവൃത്തികൾ ഉൾക്കൊള്ളുന്ന വികാരങ്ങളുടെ ഒരു പട്ടിക താഴെ കൊടുക്കുന്നു:

വെറുപ്പ്	കൃതജ്ഞത
കോപം	കാരുണ്യം
ഭയം	ധൈര്യം
ആകാംക്ഷ	ശാന്തി
സമ്മർദ്ദം	മനഃസാന്നിധ്യം

രണ്ടു പ്രതിദ്വന്ദ്വവികാരങ്ങൾ ഒരേ തരംഗം നിർമ്മിക്കുന്നതിന് രണ്ട് കാരണങ്ങളുണ്ട്. ജക്ക്ൾ ആൻ ഹൈഡിനെപ്പോലെ (Jekyll and Hyde) നമുക്കെല്ലാം രണ്ടു മുഖങ്ങളുണ്ട്. ക്ഷിപ്രകോപിയായ ഒരാൾ പെട്ടെന്നു കരയാൻ തുടങ്ങും. എല്ലാവരും വളരെ നല്ലവനായി കണക്കാക്കുന്ന ഒരാൾ പെട്ടെന്നൊരു മഹാപരാധം ചെയ്തേക്കാം. പെൺസുഹൃത്തിനോട് വളരെ സൗമ്യനും ദയാവാനുമായ ഒരാൾ അവൾ പിരിയുന്നു എന്നു കേൾ ക്കുമ്പോൾ അക്രമാസ്കതനും ഭീഷണിക്കാരനുമായി മാറാം.

മനുഷ്യന്റെ ഉള്ളിന്റെയുള്ളിൽ ഒരു ഹീനാവയവം ഇല്ലാത്തതു കൊണ്ടുതന്നെ പരിപൂർണമായ ഹീനാവസ്ഥ മനുഷ്യനിലില്ല. പ്രതികൂല വികാരങ്ങൾക്ക് ഇടം കൊടുക്കേണ്ടിവരുമ്പോൾ അങ്ങനെ ആയിപ്പോകു ന്നതാണ്.

വിദ്വേഷവികാരങ്ങളാൽ നിങ്ങൾ രോഗാതുരനാകുമ്പോൾ മുറിവുണ ക്കുന്ന മധുരവികാരങ്ങൾ ആരായുകയാണ് വേണ്ടത്.

ഇതൊക്കെയറിഞ്ഞാലും വെറുപ്പിന്റെ സമ്മർദ്ദം മൂലം കൃത്ജ്ഞത കൊണ്ടു ഹൃദയം നിറയ്ക്കാൻ ബുദ്ധിമുട്ടനുഭവപ്പെടാം. അപ്പോൾ ഒരു

ശുശ്രൂഷകന്റെ സഹായം നിങ്ങൾക്കു തേടാം. കന്യകാമാതാവിന്റെ കാരുണ്യം നിറഞ്ഞതെന്നു പ്രസിദ്ധിനേടിയ ലോർഡ്സിലെ (ഫ്രാൻസ്) ദിവ്യജലം വളരെ ഗുണകരമായിത്തീർന്നേക്കാം. വിദ്വേഷകമ്പനങ്ങളാൽ മുറിവേറ്റു പിടയുന്നവർ ആ പുണ്യജലം കുടിച്ച് അദ്ഭുതകരമായി ആശ്വാസം നേടുന്നുണ്ടാകാം. ഇതേ തത്ത്വമാണ് ഹോമിയോപ്പതി പിന്തുടരുന്നത്. ഭൗതികമായി വേർതിരിക്കാൻ പറ്റാത്തവിധം വിഷാംശം ജലത്തിൽ അലിയിച്ചു കഴിയുമ്പോൾ ആ ലായനി രോഗശമനിയായി മാറുമോ? പദാർത്ഥം അപ്രത്യക്ഷമായി അതിന്റെ കമ്പനവിവരങ്ങൾ മാത്രം നിലനിർത്തുമ്പോൾ വിഷവും മരുന്നും സദൃശമായിത്തീരുന്നു.

യുക്തിപൂർവം ചിന്തിച്ചാൽ മരുന്ന് ആരോഗ്യത്തിനു നല്ലതല്ലെന്നു പറയാം. രോഗലക്ഷണങ്ങൾ ലഘൂകരിച്ച് വേദനയിൽ നിന്നു മോചനം നൽകുമെങ്കിലും മാരകമായ വിഷമായി മരുന്നു മാറാം.

വേദനയ്ക്കു കാരണമായതിന്റെ എതിരാവൃത്തി ഉപയോഗിച്ചാണ് വേദന കുറയ്ക്കുന്നത്. ഏതു പദാർത്ഥങ്ങൾ കൂട്ടിക്കലർത്തിയും നിങ്ങളാ ഗ്രഹിക്കുന്ന കമ്പനാവൃത്തി പരീക്ഷണശാലയിൽ നിർമ്മിക്കാം. എലി യിൽ പരിശോധിച്ചു തൃപ്തി വന്നാൽ മനുഷ്യനിൽ പരീക്ഷിക്കാം.

മരുന്നുള്ളിൽ ചെന്ന് വേദന ശമിക്കുന്നതോടെ മിശ്രിതത്തിന്റെ കമ്പ നവും നിലയ്ക്കുന്നു. അതിലടങ്ങിയ പദാർത്ഥങ്ങളുടെ തനതു കമ്പന ങ്ങൾ വെളിയിൽ ചാടുന്നത് അപ്പോഴാണ്. കമ്പനങ്ങൾ കോശഘടനയെ ബാധിക്കുമ്പോൾ മരുന്നിന്റെ ദൂഷ്യഫലങ്ങൾ പ്രവർത്തിച്ചു തുടങ്ങുന്നു.

രോഗനിവാരിണിയാണെങ്കിലും മരുന്ന് എന്തുകൊണ്ട് ഫലിക്കുന്നു എന്ന് നാം ചിന്തിക്കാറില്ല. തികച്ചും വ്യത്യസ്തമായൊരു ചിത്രമാണ് കമ്പനങ്ങളുടെ വീക്ഷണകോൺ നമുക്കു നൽകുന്നത്. ഒരു ശസ്ത്ര ക്രിയയുടെ സമയത്ത് തകരാറിലാവുന്ന കമ്പനാവൃത്തി അതിനേക്കാൾ ശക്തമായ ആവൃത്തി ഉപയോഗിച്ചാണ് ശരിയാക്കുന്നത്. ഒരു കെട്ടിട ത്തിന്റെ മുകളിൽനിന്ന് നിങ്ങൾ നിലത്തടിച്ചു വീഴുന്നു എന്നു കരുതുക. ശരീരത്തിലെ കമ്പനാവൃത്തി നൂറുകണക്കിനു മടങ്ങ് വർദ്ധിക്കുകയും സ്ഥിതി ആപത്കരമാക്കുകയും ചെയ്യുന്നു. ശരീര കമ്പനാവൃത്തിയിലെ പെട്ടെന്നുള്ള മാറ്റം കടുത്ത വേദനയും നാശവുമുളവാക്കുന്നു. ശസ്ത്ര ക്രിയ അനിവാര്യമായിത്തീരുന്നു. സ്വതവേ കടുത്ത കമ്പനമുളവാക്കുന്ന കത്തി ഉപയോഗിച്ചേ ഒരു സർജന് ശരീരത്തെ പൂർവസ്ഥിതിയിലേയ്ക്കു തിരിച്ചുകൊണ്ടുവരാനൊക്കൂ.

എന്റെ അഭിപ്രായത്തിൽ മനുഷ്യശരീരം ചികിത്സിക്കുന്ന

ഡോക്ടർ ആദ്യമൊരു തത്ത്വജ്ഞാനിയാകണം. പണ്ടു കാലങ്ങളിൽ മന്ത്രവാദിയും പുരോഹിതനും വൈദ്യനും ഒരാളായിരുന്നു. പ്രകൃതിശക്തികളെ പ്രയോജനപ്പെടുത്തി പ്രപഞ്ചനിയമങ്ങളിലേയ്ക്കു രോഗിയെ നയിച്ചാണ് പണ്ട് ചികിത്സനടത്തിയിരുന്നത്.

രോഗം ബാധിച്ച അവയവങ്ങൾ മാത്രമല്ല പ്രജ്ഞയെക്കൂടി ചികിത്സിക്കുന്ന ഡോക്ടർമാരുണ്ടായിരുന്നെങ്കിൽ ഡോക്ടർമാരുടെയും ആശുപത്രികളുടെയും എണ്ണം കുറയ്ക്കാനാകും. പീഡിതർ തൊട്ടടുത്ത ദാർശനികന്റെ ഉപദേശം സ്വീകരിച്ച് സ്വയം തെറ്റുതിരുത്തി മുന്നോട്ടുപോ കാറുണ്ട്. ഭാവിയിൽ ഡോക്ടർമാർ നല്ല ഉപദേഷ്ടാക്കൾകൂടി ആയിരിക്കണം.

പല രോഗികളുമായി സംസാരിച്ചതിൽ നിന്ന് ഒരു കാര്യം മനസ്സിലായി. നിഷേധാത്മക വികാരങ്ങളുടെ ഫലമാണ് മിക്കപ്പോഴും രോഗം. അത്തരം ചിന്തകളുടെ വേരുതന്നെ പിഴുതുകളഞ്ഞാൽ രോഗാവസ്ഥ മാറ്റാനുള്ള സിദ്ധി നിങ്ങൾക്കുതന്നെ വളർത്തിയെടുക്കാം. ശുഭാപ്തി വിശ്വാസത്തിന്റെ പ്രാധാന്യം വിലകുറച്ചു കണ്ടുകൂട.

ശുഭചിന്ത രോഗപ്രതിരോധശേഷി വർദ്ധിപ്പിക്കുന്നു. രോഗരഹിതാ വസ്ഥയിലേയ്ക്ക് എളുപ്പം നയിക്കുകയും ചെയ്യുന്നു. ഈ യാഥാർത്ഥ്യ ത്തിലേയ്ക്ക് വൈദ്യസമൂഹം ഉണരേണ്ടിയിരിക്കുന്നു. മലകയറ്റത്തിലൂടെ ക്യാൻസർ ചികിത്സിക്കുന്ന ഒരു ഡോക്ടറുണ്ട്. ആത്മശക്തി വർദ്ധിപ്പിച്ച് പ്രതിരോധശേഷി ഉയർത്തുകയാണ് വേണ്ടത്.

രോഗത്തേക്കാൾ രോഗിയിലേയ്ക്ക് ലോകം ശ്രദ്ധിച്ചു തുടങ്ങിയിരിക്കുന്നു. രോഗകാരണങ്ങൾ മാത്രമല്ല രോഗിയുടെ ജീവിതാവസ്ഥയും മാനസികസ്ഥിതിയും സമഗ്രമായി കണക്കിലെടുക്കണമെന്ന ചിന്ത വന്നു കഴിഞ്ഞു. ഈ രീതിയെ പ്രോത്സാഹിപ്പിക്കാൻ ജപ്പാനിലെ ഡോക്ടർമാർ ഹോളിസ്റ്റിക് മെഡിക്കൽ സൊസൈറ്റിക്ക് രൂപം കൊടുത്തിട്ടുണ്ട്.

കാണാവുന്നതു മാത്രം വിശ്വസിക്കുക എന്ന കാഴ്ചപ്പാടിൽ നിന്ന് ലോകം മുന്നോട്ടു പോയിക്കഴിഞ്ഞു. ആത്മാവിന്റെ മഹത്ത്വത്തിലേയ്ക്ക് മിഴികൾ തുറക്കാൻ ആരംഭിച്ചിരിക്കുന്നു. ശരിയായ ദിശയിലേയ്ക്കുള്ള നീക്കമാണിത്. ഈ നൂറ്റാണ്ടിനുള്ളിൽ ഭൂരിഭാഗത്തിന്റെയും മാർഗമായി അത് മാറുമെന്ന് എനിക്കുറപ്പുണ്ട്.

മനുഷ്യശരീരം വെള്ളവും പ്രജ്ഞ ആത്മാവുമാണ്. ജലം സുഗമമായി പ്രവഹിക്കാൻ സാഹചര്യമൊരുക്കലാണ് ആരോഗ്യ സംരക്ഷണ മാർഗങ്ങളിൽ ഏറ്റവും ഗൗരവമർഹിക്കുന്നത്. ആത്മാവിനെ കളങ്കപ്പെടുത്താതെ സൂക്ഷിക്കാൻ കൂടിയാണത്. നിങ്ങളുടെ ശരീരത്തിലൂടെ ഒഴു

കുന്ന ഓരോതുള്ളി വെള്ളത്തിൽനിന്നും അഴകെഴുന്ന പരലുകൾ ആവിർഭവിക്കുന്ന അവസ്ഥയെപ്പറ്റി ഒന്നാലോചിച്ചു നോക്കൂ. നിങ്ങൾ വിചാരിച്ചാൽ അതു സാധിക്കും.

മുറിവുണക്കുന്ന സ്നേഹശക്തിയോടുകൂടിയ ഒരു മരുന്നും ഈ ലോകത്തിലില്ല. ഇതു മനസ്സിലാക്കി സ്നേഹമാണ് പ്രതിരോധശക്തിയെന്ന് ലോകത്തോട് ഞാനാവർത്തിച്ചുകൊണ്ടിരുന്നു. ഏതൊന്നിനാണ് നീചശക്തികളെ തോല്പിച്ച് ശരീരത്തിന്റെ സുസ്ഥിരത തിരിച്ചെടുക്കാനാവുക? എന്റെ സംജ്ഞാശാസ്ത്രത്തിൽ മാറ്റം വരുത്തേണ്ടതിന്റെ അനിവാര്യത അടുത്തകാലത്തായി ബോധ്യം വന്നിട്ടുണ്ട്. സ്നേഹം മാത്രമല്ല പ്രതിരോധശക്തി വർദ്ധിപ്പിക്കുന്നത്. സ്നേഹവും കൃതജ്ഞതയും കൂടിയാണ്. താഴെ പറയുന്ന പരീക്ഷണത്തിൽനിന്ന് അത് തികച്ചും ബോധ്യമായി.

മൈക്രോവേവ് ഓവനിൽ വെള്ളം ചൂടാക്കി പരലുകളുടെ കാന്തികവലയത്തിൽ അതിന്റെ സ്വാധീനം എന്താണെന്നറിയാൻ ഒരു ശ്രമം നടത്തി. രണ്ടു തരത്തിലുള്ള വെള്ളം ഞാൻ ഉപയോഗിച്ചു. ഒന്നു ശുദ്ധീകരിച്ച വെള്ളം. സ്നേഹവും കൃതജ്ഞതയും എഴുതിക്കാണിച്ച കുഴൽ വെള്ളവും. ശുദ്ധീകരിച്ച വെള്ളത്തിൽനിന്ന് രൂപപ്പെട്ടത് കോലം കെട്ടതും അപൂർണവുമായ പരലായിരുന്നു. 'സ്നേഹവും കൃതജ്ഞതയും' എഴുതിക്കാണിച്ചതിൽ നിന്ന് പൂർണപരൽ രൂപംകൊണ്ടു. കാന്തികവലയത്തിന്റെ നാശകാരിത്വത്തെപ്പോലും പ്രതിരോധിക്കാൻ സ്നേഹത്തിനും കൃതജ്ഞ തയ്ക്കും കഴിഞ്ഞു എന്നും പറയാം.

'സ്നേഹവും കൃതജ്ഞതയും' രേഖപ്പെടുത്തിയ വെള്ളത്തിൽ നിന്നാണ് ഏറ്റവും സുന്ദരമായ പരലുകൾ രൂപപ്പെടുന്നതെന്ന് ഞാൻ വ്യക്തമാക്കിയിട്ടുണ്ട്. സ്നേഹത്തിനുമാത്രം വിസ്മയകരമായ പരലുകളുണ്ടാക്കാൻ തീർച്ചയായും കഴിയും. എന്നാൽ സ്നേഹവും കൃതജ്ഞതയും കൂടിച്ചേരുമ്പോൾ ഉണ്ടാകുന്ന പരൽ അതുല്യമായ ആഴവും പരിശുദ്ധിയും ഇഴുകി രത്നതുല്യമായ ഉജ്ജ്വലതയോടെ കാണപ്പെടുന്നു.

ഞാൻ ഒന്നുകൂടി കണ്ടെത്തി. സ്നേഹവും കൃതജ്ഞതയും ചേർന്ന പരലിന് കൃതജ്ഞതയുടെ പരലിനോടാണ് കൂടുതൽ സാദൃശ്യം. കൃതജ്ഞതയുടെ കമ്പനം മഹാശക്തവും സ്വാധീനശേഷി അപാരവുമാണ്. ഉപാധികളൊന്നുമില്ലാതെ മറ്റൊരാളിലേയ്ക്കു പടരാനുള്ള ഉത്സാഹ പ്രകർഷത്തിന്റെ പ്രകടനമാണ് സ്നേഹം. കൃതജ്ഞതയിൽ സ്ഫുരിക്കുന്നതാകട്ടെ സഹിഷ്ണുത നുരയുന്ന

ഊർജ്ജമാണ്. എന്തോ നൽകപ്പെട്ട തിൽനിന്ന് ഉളവാകുന്ന ബോധം. നൽകപ്പെട്ട ജീവിത സമ്മാനത്തെ ഇരു കൈകളും നീട്ടി ആനന്ദാതിരേകത്തോടെ സ്വീകരിക്കുന്നതിന്റെ സാഫല്യം.

സ്നേഹവും കൃതജ്ഞതയും സൂര്യനും നിഴലും പോലെ ബന്ധപ്പെട്ടിരിക്കുന്നു. സ്നേഹം സൂര്യനാണെങ്കിൽ കൃതജ്ഞത തിങ്കളാണ്. സ്നേഹം പുരുഷനും കൃതജ്ഞത സ്ത്രീയുമാണ്.

അപ്പോൾ നിഴലിന്റെ അഥവാ, കൃതജ്ഞതയുടെ അലസോർജ്ജം സ്നേഹത്തേക്കാൾ ശക്തിമത്താണെന്നോ? ഈ ചോദ്യത്തിൽ കുഴങ്ങിയിരിക്കുമ്പോൾ ആകസ്മികമായ ഒരാശയത്തിൽ ഞാനുടക്കി. രണ്ടു ഹൈഡ്രജനും ഒരോക്സിജനും ചേർന്ന ജലാനുപാതത്തിനു സമാനമായി 2:1 എന്ന അനുപാതത്തിൽ കൃതജ്ഞതയും സ്നേഹവും കൂട്ടിച്ചേർത്താൽ കൃതജ്ഞത സ്നേഹത്തിന്റെ ഇരട്ടി വലുപ്പം പ്രാപിക്കുമെന്ന തോന്നലു ണ്ടായി.

സ്നേഹവും സ്നേഹത്തിന്റെ ഇരട്ടി കൃതജ്ഞതയും ചേർന്ന ഒരനുപാതത്തിനാണ് നാം കൊതിച്ചുകൊണ്ടിരിക്കുന്നത്. ഒരു സെമിനാറിൽ ഈ ആശയം അവതരിപ്പിച്ചപ്പോൾ രണ്ടു യുവതികൾ എന്റടുത്തു വന്നു പറഞ്ഞു: *'ഞങ്ങൾ ശരിക്കും ഇളകിപ്പോയി. ആളുകൾക്കു പറയാൻ ഒരുവായും കേൾക്കാൻ രണ്ടു കാതുകളും ആണെന്ന കാര്യം എന്താണ് പറയാത്തത്?'*

'അതു ശരിയാണ്. വളരെ ശരി!' ഞാൻ അദ്ഭുതപ്പെട്ടു. എന്റെ ബോധം ഒന്നുകൂടി തെളിഞ്ഞതുപോലെ തോന്നി.

പ്രപഞ്ചപ്രകൃതിയെ നോക്കിയാൽ അലസോർജ്ജത്തിന്റെ അസാധാരണശക്തി മനസ്സിലാകും. മത്സ്യങ്ങളിടുന്ന മുട്ടകളിൽ വളരെക്കുറച്ചേ വിരിയുന്നുള്ളൂ. ബാക്കി മറ്റു ജീവികൾക്കു ഭക്ഷണമായിത്തീരുകയാണ്.

രണ്ടു പങ്ക് കൃതജ്ഞതയും ഒരു പങ്ക് സ്നേഹവുമായി മനുഷ്യൻ ജീവിച്ചിട്ടുണ്ടോ? നേർവിപരീതമാണ് സത്യമെന്ന് ഞാൻ സംശയിക്കുന്നു.

സ്നേഹത്തിന്റെ ഉജ്ജ്വലശക്തി ഒരിക്കലും നിഷേധിക്കാനാവില്ല. ഒരുവിധം എല്ലാവർക്കും അതിനെക്കുറിച്ച് ബോധ്യവുമുണ്ട്. എല്ലാ ശ്രദ്ധയും സ്നേഹോർജ്ജത്തിലൂന്നുന്ന ഒരു സംസ്കാരത്തിലാണ് നാം വളർത്തപ്പെടുന്നത്. മറുവശം ആരും ഗൗനിക്കാറേ ഇല്ല.

കാണാനാവാത്ത ഒരു ലോകത്തിൽ നിന്ന് മനുഷ്യശ്രദ്ധ വലിച്ചു മാറ്റപ്പെട്ടിരിക്കുന്നു. കാണാവുന്ന ഭൗതികലോകത്തിൽ തളയ്ക്കപ്പെട്ട്

അവൻ കഴിയുന്നു. കാണാവുന്ന ആ ലോകം കൂടുതൽക്കൂടുതൽ തന്റേതാക്കാൻ അവൻ വനങ്ങൾ മുറിച്ചുമാറ്റുകയും മരുഭൂമികൾ പിടിച്ചടക്കുകയും ചെയ്യുന്നു. സ്നേഹം കൂടുന്നതിന്റെ ഫലം ഇതാണ്. നമ്മുടെ കുടുംബം നമ്മുടെ രാജ്യം എന്നനില മാത്രം തുടർന്നാൽ അസ്വസ്ഥതയ്ക്ക് ഒരവസാനവും കാണില്ല. ഇരുപതാം നൂറ്റാണ്ടിന്റെ ചരിത്രം പടയൊരു ക്കത്തിന്റെയുമായിരുന്നു.

ഒരിടത്തുമെത്തിക്കാത്ത ഒരു മാർഗത്തിലാണ് നാമെന്ന് ഒടുക്കം മനസ്സിലായിത്തുടങ്ങി. ജീവിതത്തിന്റെ സമൃദ്ധി നിലനിർത്താൻ ധാരാളം നഷ്ടപ്പെടുത്തിക്കഴിഞ്ഞു. കാടുകൾ വെടിപ്പാക്കി. ശുദ്ധജലം കേട്ടുകേൾവിയാക്കി. ഭൂമി മുറിച്ചു മുറിച്ചു കച്ചവടം നടത്തി.

ഇനി ഈ ലോകത്തിനു വേണ്ടത് കൃതജ്ഞതയാണ്. അതു ധാരാളമുണ്ടാക്കുക എന്നതിന്റെ അർത്ഥം നന്നായി പഠിച്ചുവേണം എല്ലാം വീണ്ടും തുടങ്ങാൻ. പ്രകൃതിവിഭവങ്ങളാൽ സമ്പന്നമായ ഒരു ഗ്രഹത്തിൽ ജനിക്കാൻ ഭാഗ്യം സിദ്ധിച്ചതിന്, ജീവൻ തന്നെ ദാനം ചെയ്ത ജലത്തിന് കൃതജ്ഞത പകരുക - ശുദ്ധവായുവിന്റെ മഹാപ്രാണൻ ശ്വസിക്കുന്നത് എത്ര വിസ്മയകരമാണെന്ന് ശരിക്കും നിങ്ങൾക്കറിയാമോ?

കൃതജ്ഞത അർഹിക്കുന്ന എന്തൊക്കെ നിറഞ്ഞതാണ് ഈ ലോകമെന്ന് കണ്ണുതുറന്നു നോക്കിയാൽ കാണാം. കൃതജ്ഞതയുടെ സ്വരൂപമായി നിങ്ങൾ മാറുമ്പോൾ നിറഞ്ഞുതുളുമ്പുന്ന ജലം എത്ര പരിശുദ്ധമായിത്തീരുമെന്ന് സ്മരിക്കുക. അങ്ങനെ സംഭവിച്ചാൽ പ്രകാശത്തിന്റെ അഴകാർന്നു തിളങ്ങുന്നൊരു പരലായി നിങ്ങൾ മാറും.

ലോകം മാറും പക്ഷേ, ഒരു നിമിഷം

ഏറ്റവും നല്ല വെള്ളം എവിടെക്കിട്ടുമെന്ന് നിങ്ങൾക്കറിയാമോ?

സ്വിസ് ആൽപ്സിന്റെ പാദത്തിലാകാം. ഉത്തര ദക്ഷിണ ധ്രുവങ്ങളിലുമാകാം. ലോകത്തിലെത്തന്നെ ഏറ്റവും പരിശുദ്ധമെന്ന് അവകാശപ്പെടുന്ന കുപ്പിവെള്ളം കിട്ടാൻ ഇക്കാലത്ത് ഒരു പ്രയാസവുമില്ല. എന്നാൽ നല്ല വെള്ളം അങ്ങനെ വാങ്ങാൻ കിട്ടുമോ?

ഞാനൊന്നു ചോദിച്ചോട്ടെ: എത്ര ശുദ്ധമാണ് നിങ്ങളുടെ ആത്മാവ്? തൊഴിൽസ്ഥലത്തെ വീഴ്ചകളാൽ നിങ്ങളുടെ മനസ്സ് ഇടിയുന്നുണ്ടോ? കുടുംബത്തിലെ വേവലാതികൾ എങ്ങനെ? ഉള്ളിൽ എപ്പോഴും ഒരു പിടച്ചിലാണോ? ആണെങ്കിൽ നിങ്ങൾ കുടിക്കുന്ന വെള്ളത്തിന് ഒരു സ്വാദും കാണില്ല. ആകെയൊരു ചവർപ്പായിരിക്കും.

ഒന്നു കളിച്ചു വിയർത്ത്, വ്യായാമം ചെയ്ത് തളർന്ന് കുഴൽവെള്ളം തന്നെ കുടിച്ചാലോ? എന്തു മധുരവും ഉന്മേഷവുമാണ് അനുഭവപ്പെടുന്നത്! അപ്പോൾ എല്ലാം നിശ്ചയിക്കുന്നത് മനസ്സാണെന്നു പറയാം.

നിങ്ങളുടെ മനസ്സുവായിച്ച് ഞാൻ പറയുന്നതുപോലെ തോന്നുന്നു അല്ലേ? യഥാർത്ഥത്തിൽ ഞാൻ പറയാൻ ശ്രമിക്കുന്നത് മറ്റൊന്നാണ്. കൃതജ്ഞതയോടെ വെള്ളമിറക്കുമ്പോൾ ഭൗതികമായിത്തന്നെ അതു മാറുന്നു. മനസ്സു ചെടിച്ച അവസരത്തിൽ കുടിക്കുന്നതുപോലയേ അല്ല, അത്.

നമ്മുടെ വികാരങ്ങൾക്കും മാനസികാവസ്ഥകൾക്കും നിമിഷം പ്രതി ലോകത്തെ സ്വാധീനിക്കാൻ സാധിക്കും. സർഗവൈഭവം തുളുമ്പുന്ന വാക്കുകളും കല്പനകളും പുറത്തേയ്ക്കയ്ക്കുമ്പോൾ ചന്തം തികഞ്ഞ ഒരു ലോകം നിർമ്മിക്കാൻ സഹായിക്കുകയാണ് നിങ്ങൾ ചെയ്യുന്നത്. നിങ്ങളയയ്ക്കുന്ന വിനാശസന്ദേശങ്ങൾ വിശ്വത്തിന്റെ ഘടന തകർക്കുകയും ചെയ്യുന്നു.

ഇതു മനസ്സിലാക്കിയാൽ വിദ്വേഷത്തിന്റെ മൊഴികൾ നിങ്ങളിൽ നിന്നു പുറപ്പെടുകയില്ല. സ്വന്തം കുറ്റങ്ങൾക്കും ദൗർബല്യങ്ങൾക്കും

മറ്റുള്ളവരെ പഴിക്കുകയില്ല. ഈ ലോകം അടിമുടി മാറ്റാൻ നിങ്ങൾക്കാവും. ചെറിയ ഒരു തിരഞ്ഞെടുപ്പുമാത്രം മതി. സ്നേഹവും കൃതജ്ഞതയും നിറഞ്ഞതോ, അല്ലെങ്കിൽ നിന്ദയും പീഡയും വഷളാക്കുന്നതോ നിങ്ങൾ തിരഞ്ഞെടുക്കാൻ പോകുന്ന ലോകം? ഈയൊരു കാഴ്ചപ്പാടനുസരിച്ചായിരിക്കും നിങ്ങളുടെ ഉത്തരം.

ബുദ്ധമതദർശനമനുസരിച്ച് ലോകത്തിലെ എല്ലാം നിരന്തരം മാറിക്കൊണ്ടിരിക്കുന്നു. ഒന്നും എന്നത്തേക്കുമായി മാറുന്നില്ല. കമ്പനതത്ത്വങ്ങളിലൂടെ പറയുകയാണെങ്കിൽ കമ്പനോർജ്ജം നിരന്തരചലനത്തിൽ എന്നത്തേയ്ക്കുമായി പ്രവഹിച്ചുകൊണ്ടിരിക്കും.

ഈയൊരു നിമിഷത്തിന്റെ അറിവിലൂടെ ജീവിതത്തിന് പ്രത്യാശയും വെളിച്ചവും നൽകാം. കഴിഞ്ഞതിനെക്കുറിച്ചോർത്ത് വേവലാതിയേ വേണ്ട. ഭാവി എങ്ങനെ വേണമെങ്കിലും കരുപ്പിടിപ്പിക്കാം. എല്ലാറ്റിന്റെയും കാതൽ ഈയൊരു നിമിഷം നിങ്ങൾ എന്താണ് എന്നതാകുന്നു.

പ്രജ്ഞയ്ക്കു പ്രപഞ്ചത്തിനു മേലുള്ള സ്വാധീനത്തെക്കുറിച്ചറിയാൻ ലഘുവായൊരു പരീക്ഷണം ഞാൻ നിർദ്ദേശിക്കുന്നു. മേഘം മായ്ക്കൽ വിനോദം എന്നു വിളിക്കാവുന്ന ചെറിയൊരു പ്രവൃത്തി. ചിന്താശക്തി ഉപയോഗിച്ച് മേഘങ്ങൾ മായ്ച്ചുകളയലാണ് പ്രവർത്തനം.

തെളിഞ്ഞ ഒരു ദിവസം വളരെ വലുതല്ലാത്ത ഒറ്റ മേഘത്തിലേയ്ക്ക് നിങ്ങൾ നോട്ടമയയ്ക്കുക. നിങ്ങളുടെ ചിന്തകൾക്ക് ഈ വിനോദത്തിൽ വളരെ പ്രാധാന്യമുണ്ട്. മേഘം അപ്രത്യക്ഷമാകും എന്ന വിശ്വാസവും അത്യാവശ്യമാണ്. വളരെ പ്രയാസപ്പെട്ട് പരിശ്രമിക്കരുത്. കടുത്ത ശ്രദ്ധ ഊർജ്ജപ്രവാഹം നിശ്ചലമാക്കും.

തയാറായിക്കഴിഞ്ഞാൽ അദൃശ്യമായ ഒരൂർജ്ജ കിരണം മേഘത്തെ തകർത്തുകൊണ്ട് പ്രജ്ഞയിൽനിന്ന് അയയ്ക്കുന്നതായി സങ്കല്പിക്കുക. പ്രകാശകിരണം പൂർണമായും മേഘത്തെമാത്രം ലക്ഷ്യംവയ്ക്കണം.

ഇനി ഭൂതകാലരൂപത്തിൽ പറയുക: 'മേഘം അപ്രത്യക്ഷമായി.' ഒപ്പം ഊർജ്ജത്തോടും പറയുക 'അതു സാധിച്ചുതന്നതിന് നന്ദി.' ഈ മാർഗം പിന്തുടർന്നാൽ മേഘം ചുരുങ്ങി മിനിറ്റുകൾക്കുള്ളിൽ അപ്രത്യക്ഷമാകും എന്ന് ഞാനുറപ്പു തരുന്നു.

ഈ പരീക്ഷണത്തിലൂടെ മനുഷ്യപ്രജ്ഞയ്ക്ക് ചുറ്റുമുള്ള ലോകത്തെ തീക്ഷ്ണമായി സ്വാധീനിക്കാനാവുമെന്ന് തെളിയുന്നു. വെള്ളത്തിന്റെ വാതകരൂപമായ മേഘത്തിന് നമ്മുടെ ഇച്ഛയ്ക്കനുസരിച്ച് വളരെപ്പെട്ടെന്ന് പ്രതികരിക്കാനാകും.

ബോധം ഭൗതികപ്രപഞ്ചത്തെ സ്വാധീനിക്കുന്നു എന്നുപറയുന്ന വ്യക്തി അശാസ്ത്രീയനെന്ന് പെട്ടെന്ന് പുറന്തള്ളപ്പെടാം. ബോധത്തെ അറിയുന്നതിലെ പരാജയത്തെക്കുറിച്ചും ചുറ്റുമുള്ള ലോകത്തെ മനസ്സി ലാക്കുന്നതിൽ മനസ്സിനുള്ള പരിമിതികളെക്കുറിച്ചും അംഗീകരിക്കുന്ന തര ത്തിൽ ശാസ്ത്രം എന്തായാലും പുരോഗമിച്ചിട്ടുണ്ട്.

ബലതന്ത്രശാസ്ത്രവും ചില മാനസികവിശകലന സിദ്ധാന്ത (യുംഗിന്റെ നീരോട്ടപ്പരാമർശം തുടങ്ങിയവ)ങ്ങളും ജനിതകസാങ്കേതിക വിദ്യയും അറിയുന്ന ലോകത്തിനപ്പുറത്ത് അറിയാത്ത മറ്റൊരു ലോക മുണ്ടെന്നു വ്യക്തമാക്കുന്നുണ്ട്. കണ്ണുകൊണ്ടു കാണാനോ വിരലു കൊണ്ടു തൊടാനോ പറ്റാത്തതാണ് ആ ലോകം. അവിടെ സമയത്തിനു പോലും സ്ഥാനമില്ല.

പ്രമുഖ ബലതന്ത്രശാസ്ത്രജ്ഞൻ ഡേവിഡ് ബോം ഇന്ദ്രിയ സംവേദകമായ ലോകത്തെ സ്പഷ്ടക്രമം (explicate order) എന്നും ആന്തരികലോകത്തെ അനുമാനക്രമം (inplicate order) എന്നും വിളിച്ചു. സ്പഷ്ടക്രമത്തിലെ എല്ലാം അനുമാനക്രമത്തിൽ മൂടിവച്ചിട്ടുണ്ടെന്നും സ്പഷ്ടക്രമത്തിന്റെ ഓരോ അംശത്തിലും അനുമാനക്രമത്തിന്റെ വിവരങ്ങൾ ഉൾച്ചേർന്നിട്ടുണ്ടെന്നും അദ്ദേഹം വിശദീകരിക്കുന്നു.

എളുപ്പം മനസ്സിലാവുന്ന കാര്യമല്ലിത്. പ്രപഞ്ചത്തിന്റെ ഓരോ അംശത്തിലും മൊത്തത്തിന്റെ വിവരങ്ങൾ ഉൾക്കൊള്ളുന്നു എന്നാണ് അദ്ദേഹം പറയാനുദ്ദേശിക്കുന്നത്. ഓരോ വ്യക്തിയിലും ഓരോ കോശ ത്തിലും പ്രപഞ്ചവിജ്ഞാനം മുഴുവൻ പകർത്തിവച്ചിട്ടുണ്ട് എന്നു ചുരുക്കം.

പ്രപഞ്ചവിജ്ഞാനത്തിൽ 'സമയ'വുമുണ്ട്. നിങ്ങളുടെ ഈ നിമിഷം പ്രപഞ്ചബോധത്തിലുണ്ട്. നിങ്ങളുടെ വർത്തമാനവും ഭൂതവും ഭാവിയു മൊക്കെ അതുൾക്കൊള്ളുന്നു. അതുകൊണ്ട് ഈ അഖിലലോകത്തിലെ ഒരു നിമിഷത്തിന്റെ മാറ്റം വെറും വിസ്മയക്കാഴ്ചയല്ല.

ഒരു നിമിഷം ഈ നിമിഷത്തെക്കുറിച്ച് നമുക്കൊന്നു ചിന്തിക്കാം. ഭൗതികശാസ്ത്രത്തിന്റെ കാഴ്ചപ്പാടിലൂടെ അതിനെ എങ്ങനെ വ്യാഖ്യാ നിക്കാമെന്നു നോക്കാം. പ്രപഞ്ചത്തിന്റെ ആന്തരികലോകത്തിലെ ഓരോ സംഗതിയും ഓരോ നിമിഷങ്ങളായി സമയത്തിൽ വിഭജിച്ച് വർത്തമാനം നിർമ്മിക്കുന്നു എന്ന് ഡേവിഡ് ബോം വിശദമാക്കിയിട്ടുണ്ട്. സമയത്തിലെ അടുത്ത നിമിഷവും മറ്റൊരു വസ്തുതയുടെ പ്രക്ഷേപണമാണ്. അങ്ങ നെയങ്ങനെ നിമിഷങ്ങളുടെ ആസൂത്രണത്തിലൂടെ പ്രപഞ്ചത്തിന്റെ ഓരോ അംശവും പ്രത്യക്ഷീകരിക്കുന്നു. ഓരോ നിമിഷലോകത്തിനും

അടുത്ത നിമിഷലോകത്തെ സ്വാധീനിക്കാനാവും. അവ ചേർന്ന് ഒരു തുടർലോകം നമ്മുടെ മുന്നിൽ തെളിയുന്നു. ഈ തത്ത്വത്തെ അടിസ്ഥാനമാക്കി ഓരോ നിമിഷവും ലോകം മാറിക്കൊണ്ടിരിക്കുന്നു. പുതിയ ഒന്ന് നിർമ്മിക്കുകയും ചെയ്യുന്നു. പുതുലോകസൃഷ്ടിയിൽ നമ്മുടെ പ്രജ്ഞയും പങ്കു ചേരുന്നുണ്ട്. ഇക്കാര്യത്തെക്കുറിച്ച് ബോധവാനായാൽ നിങ്ങളുടെ ജീവിതം ഒരിക്കലും ഒരേ പോലെയായിരിക്കില്ല.

സങ്കീർണമായ സംഗതികൾ അവതരിപ്പിച്ച് നിങ്ങളെ കുഴക്കി എന്നു തോന്നുന്നുണ്ടോ? പരലിനെ പുനശ്ചിന്തനത്തിനു വിധേയമാക്കിയാൽ പല സംശയങ്ങൾക്കും മറുപടി ലഭിക്കും. നിമിഷം, നിമിഷം എന്ന കണക്കിൽ മാറിക്കൊണ്ടിരിക്കുന്ന ലോകത്തിന്റെ മാറ്റം ആദ്യം തിരിച്ചറിയുന്നത് വെള്ളമാണ്.

കമ്പനമളക്കാൻ ഒരുപകരണം വികസിപ്പിച്ച് വെള്ളത്തെ നന്നായി മനസ്സിലാക്കാൻ അതുപയോഗിച്ചിരുന്നു എന്നു പറഞ്ഞല്ലോ. ഇറാഖിനെ ആക്രമിച്ച് ഗൾഫ്‌യുദ്ധത്തിനു തുടക്കം കുറിച്ച അപരാഹ്നത്തിൽ ടോക്യോവിലെ കുഴൽവെള്ളത്തിന്റെ കമ്പനത്തിൽ അസാധാരണ മായൊരു മാറ്റം എന്റെ ശ്രദ്ധയിൽപ്പെട്ടു. രസം, ഈയം, അലൂമിനിയം തുടങ്ങി മനുഷ്യശരീരത്തിന് ഹാനികരമായ പദാർത്ഥങ്ങളുടെ കമ്പനമൂല്യം മുമ്പെന്നുമില്ലാത്തവിധം കുതിച്ചുകയറി. ഈ മാറ്റം വിവരിക്കാനാവാതെ ഞാൻ കുഴങ്ങി. ഉപകരണത്തിനു തകരാറു പറ്റിയതാവാം എന്നു കരുതി തുടർപരിശോധനകൾ നടത്തിയപ്പോഴും മാറ്റം ആവർത്തിച്ചു. അടുത്ത ദിവസം പത്രത്തിൽ ഒന്നാംപുറത്തിൽത്തന്നെ നിറഞ്ഞുനിന്ന വാർത്ത എന്റെ സംശയം ദൂരീകരിച്ചു. വിയറ്റ്നാം യുദ്ധത്തിൽ മൊത്തം ഉപയോഗിച്ച ബോംബുകളുടെയത്ര മാരകശക്തിയാണ് ആദ്യദിവസത്തെ ബോംബിംഗിൽത്തന്നെ ഉപയോഗിക്കപ്പെട്ടത്.

മധ്യപൗരസ്ത്യദേശത്തുനിന്ന് ആയിരക്കണക്കിനു നാഴിക ദൂരെ ജപ്പാനിൽ ഏകദേശം ഒരേ നിമിഷത്തിൽ മാരകവസ്തുക്കളിലെ കമ്പനത്തെ അളക്കാൻ എനിക്കു സാധിച്ചു. യഥാർത്ഥത്തിൽ ഇതു നടക്കുന്ന കാര്യമാണോ എന്ന് നിങ്ങൾ ചോദിക്കാം. ബോംബുകളുടെ മാരകമായ ഉപോത്പന്നങ്ങൾ തീർച്ചയായും മധ്യപൗരസ്ത്യദേശത്തുനിന്ന് ജപ്പാനിലേയ്ക്ക് വളരെപ്പെട്ടെന്ന് ഗതാഗതം ചെയ്യപ്പെടുന്നില്ല. എന്നാൽ, ഭൂമിയുടെ ഒരു ഭാഗത്തുണ്ടാവുന്ന മാരകമായ കമ്പനം അതേ നിമിഷത്തിൽത്തന്നെ എല്ലാ മുക്കിലും മൂലയിലും അനുഭവപ്പെടുന്നു. സമയത്തിന്റെയും സ്ഥലത്തിന്റെയും പരിധികൾക്കപ്പുറത്തേയ്ക്കാണ് ഈ കമ്പനങ്ങളുടെ പ്രസാരണം.

നമ്മുടെ ത്രിമാനലോകത്തിൽ മാത്രമല്ല, വ്യതിരിക്തമാനത്തിലുള്ള അദൃശ്യലോകത്തിൽ പോലുമല്ല മധ്യലോകത്തിലും കമ്പനം ഉണ്ടാകുന്നു ണ്ടെന്ന് ഞാൻ കരുതുന്നു. ഭൂമിയിൽ എവിടെയെങ്കിലും എന്തെങ്കിലും സംഭവിച്ചാൽ വെള്ളമാണ് അതാദ്യമറിഞ്ഞ് വിവരം നമ്മെ അറിയി ക്കുന്നത്.

ഗൾഫ് യുദ്ധസമയത്ത് ഞാൻ പരൽച്ചിത്രങ്ങളെടുക്കാൻ തുടങ്ങി യിരുന്നില്ല. അങ്ങനെ ചെയ്തിരുന്നെങ്കിൽ വളരെ രസകരമായിരുന്നേനെ.

കമ്പനത്തിന്റെ ക്ഷിപ്രഫലങ്ങൾക്ക് വേറെയും ഉദാഹരണങ്ങൾ നൽകാം. പ്രാർത്ഥനയുടെ ശക്തി വെള്ളത്തെ നിർമ്മലമാക്കിയതിന്റെ ഒരുദാഹരണം പറയട്ടെ:

മധ്യജപ്പാനിലെ ഫുജിവാര ഡാമിൽ പൂർവികമതമായ ഷിന്റോയുടെ ഷിംഗോൺ വിഭാഗത്തിൽപ്പെട്ട ഒരു പുരോഹിതനുണ്ടായിരുന്നു. ഹൂകി കാറ്റോ എന്ന ആ പുരോഹിതൻ പ്രാർത്ഥനയ്ക്കു മുമ്പും പിമ്പും എടുത്ത ചിത്രങ്ങൾ എനിക്കു കാണിച്ചുതന്നു. രണ്ടാമത്തെ ചിത്രത്തിൽ വെള്ളം ഗണ്യമായ രീതിയിൽ സ്ഫുടമായിരുന്നു.

പ്രാർത്ഥനയിൽ ഉച്ചരിക്കപ്പെട്ട വാക്കുകളുടെ ഊർജ്ജമാണ് തടാകത്തിലെ വെള്ളത്തെ നിർമലമാക്കിയത്. ഈ മാറ്റം സ്ഥിരീകരിക്കാൻ പ്രാർത്ഥനയ്ക്കു മുമ്പും പിമ്പുമുള്ള ജലത്തിൽ നിന്നു പരലുകളുണ്ടാക്കി ചിത്രങ്ങളെടുത്തു പരിശോധിക്കണമായിരുന്നു.

പുരോഹിതൻ തടാകക്കരയിൽ നിന്ന് ഒരു മണിക്കൂർ നേരം മന്ത്രോ ച്ചാരണം നടത്തി. അതു മുഴുവൻ ഞാൻ വീഡിയോയിൽ പകർത്തി. മന്ത്രോച്ചാരണത്തിനു ശേഷം പുരോഹിതനും ഞാനും സംസാരിച്ചിരുന്നു. 15 മിനിറ്റു കഴിഞ്ഞില്ല, എന്റെ സംഘത്തിലെ ആളുകൾ ഓടിവന്ന് എന്നെ വിളിച്ചു. *'ഇതസാധ്യം! വെള്ളം കണ്ണിന്റെ തൊട്ടു മുന്നിൽ എത്ര വ്യക്ത മായിക്കൊണ്ടിരിക്കുന്നു'* ഒരാൾ പറഞ്ഞു. അതു തികച്ചും സത്യമായി രുന്നു. നോക്കിക്കൊണ്ടുനിൽക്കെ വെള്ളം തെളിഞ്ഞുതെളിഞ്ഞു കൊണ്ടി രിക്കുന്നത് ഞങ്ങൾക്ക് കാണാമായിരുന്നു. ഇരുണ്ടവെള്ളം മൂലം അതു വരെ മൂടപ്പെട്ടിരുന്ന അടിത്തട്ടിലെ ഇലച്ചിത്രംവരെ വളരെ വ്യക്തമായി കണ്ടു. അടുത്തത് പരൽച്ചിത്രങ്ങളുടെ ഊഴമായിരുന്നു. യാതന താങ്ങാ നാവാത്ത ആരുടെയോ മുഖംപോലെ മുറിവേറ്റ പരലാണ് പ്രാർത്ഥ നയ്ക്കു മുമ്പത്തെ ജലം രൂപപ്പെടുത്തിയത്. മന്ത്രോച്ചാരണം ഏറ്റതിനു ശേഷം എടുത്തതാകട്ടെ സമ്പൂർണ്ണവും മഹത്തുമായിരുന്നു. ഒരു ഷഡ് കോണാകൃതിയ്ക്കുള്ളിൽ ചെറുഷഡ്കോൺ രൂപം. വെളിച്ചത്തിന്റെ പ്രഭാ വലയാകൃതി.

മന്ത്രോച്ചാരണത്തിനുശേഷം വെള്ളം പളുങ്കുപോലെയാകാൻ കുറച്ചു സമയമെടുത്തു. ക്രമാനുഗതികമായ ഒരു പദാർത്ഥമാറ്റം നഗ്ന നേത്രങ്ങൾക്കും ഗോചരമാകും എന്നതിന്റെ സ്ഫുടസൂചന. ഒന്നു സത്യ മാണ്. പ്രാർത്ഥനയുടെ കമ്പനങ്ങൾ തൊട്ടടുത്ത പദാർത്ഥങ്ങളിലൂടെ സമീപജലത്തെ പെട്ടെന്നു സ്വാധീനിക്കുന്നു. ഇതൊരു ഭൗതിക പ്രതിഭാ സമാണ്. നമ്മളിൽത്തന്നെയുള്ള മറ്റൊരു ലോകത്തിന്റെ അസ്തിത്വം അംഗീകരിക്കാതെ വിശദമാക്കാൻ പറ്റാത്ത ഒരു പ്രതിഭാസം.

കഥ ഇവിടം കൊണ്ടും തീർന്നില്ല. കുറച്ചു ദിവസങ്ങൾക്കു ശേഷം പത്രത്തിൽ ഒരു വാർത്തവന്നു. ആ തടാകത്തിന്റെ അടിയിൽനിന്ന് ഒരു സ്ത്രീയുടെ മൃതശരീരം ലഭിച്ചിരിക്കുന്നു. ഇതു വായിച്ചപ്പോൾ പെട്ടെ ന്നോർത്തത് പരലിന്റെ വേദനിക്കുന്ന മുഖഭാവത്തെക്കുറിച്ചായിരുന്നു.

പരലുകളിലൂടെ സ്ത്രീയുടെ ആത്മാവ് എന്തോ അറിയിക്കാൻ ശ്രമിച്ചതാവാം. പ്രാർത്ഥന അവളുടെ യാതനയുടെ കടുപ്പം അല്പ മെങ്കിലും കുറച്ചിട്ടുണ്ടാവാം. നമ്മുടെ വാസസ്ഥാനംകൂടാതെ മറ്റൊരു ലോകം കൂടിയുണ്ട്. ആ ലോകത്തുനിന്ന് നമ്മുടെ ലോകത്തെ നിരീക്ഷി ക്കുമ്പോൾ ഇപ്പോൾ കാണാനാവാത്ത പലതും കാണാനാവും.

ഇംഗ്ലണ്ടിലെ ഡോക്ടർ റൂപർട്ട് ഷെൽഡ്രേയ്ക് കാണാനാവാത്ത ഈ ലോകത്തെ മനസ്സിലാക്കുന്നതിനുള്ള പുതിയ ലോകവീക്ഷണം അന്വേഷിച്ചുകൊണ്ടിരിക്കുന്ന ഒരു ഗവേഷകനാണ്. കേംബ്രിഡ്ജ് സർവ കലാശാലയിൽനിന്ന് ജീവരസതന്ത്രത്തിൽ ഡോക്ടറേറ്റു ലഭിച്ചശേഷം അവിടെത്തന്നെ അതേ വിഷയവും ജീവശാസ്ത്രവും പഠിപ്പിക്കാൻ തുടങ്ങി. റോയൽ സൊസൈറ്റിയുടെ പ്രഗല്ഭാംഗമായും ഒപ്പം സേവന മനുഷ്ഠിച്ചു പോരുന്നു.

ഇരുപതു വർഷങ്ങൾക്കു മുമ്പ് ഷെൽഡ്രേയ്കിന്റെ സിദ്ധാന്തങ്ങൾ രേഖപ്പെടുത്തിയ പുസ്തകം ശാസ്ത്രമാസികയായ പ്രകൃതി (Nature) കത്തിച്ചു കളയേണ്ടതെന്നു വിധിച്ച് തള്ളിക്കളഞ്ഞിരുന്നു. ഈ തള്ളി ക്കളയലിനെ അതിജീവിച്ച് അനേകരുടെ ഹൃദയങ്ങളിലേയ്ക്ക് ആ സിദ്ധാ ന്തമെത്തി. അതിനെക്കുറിച്ചുള്ള അന്വേഷണങ്ങൾ ഇപ്പോഴും തുടരുന്നു. ഇത്ര ശ്രദ്ധയാകർഷിച്ച ആ സിദ്ധാന്തം എന്താണ്?

രണ്ടു പ്രാവശ്യം സംഭവിച്ച ഒന്ന് വീണ്ടും സംഭവിക്കുമെന്ന് പറയ പ്പെടുന്നു. അപകടങ്ങളും കുറ്റകൃത്യങ്ങളും ശൃംഖലയായി ആവർത്തി ക്കുന്ന അസാധാരണത്വം നിങ്ങൾ ശ്രദ്ധിച്ചിരിക്കാം. ചരിത്രത്തിലും സാമൂ ഹിക പ്രവണതകളിലും ഈ ആവർത്തനം നീണ്ട കാലത്തോളം സംഭവി

ക്കാറുണ്ട്. സംഭവങ്ങളുടെ ഈ ആവർത്തനത്തെ എങ്ങനെ വിലയിരുത്താം? ഡോ.ഷെൽഡ്രെയ്ക് ശാസ്ത്രമാർഗ്ഗങ്ങളിലൂടെ ഇതിനുത്തരം കണ്ടുപിടിക്കാൻ ശ്രമിച്ചു.

നേത്രങ്ങൾ കൊണ്ട് കാണാൻ പറ്റാത്ത വസ്തുക്കളെ സംക്ഷിപ്തമാക്കി മാറ്റിനിർത്തുകയാണ് ശാസ്ത്രജ്ഞന്മാരുടെ പതിവ്. ഡ്രെയ്കാകട്ടെ തികച്ചും വ്യത്യസ്തമായൊരു സമീപനമാണ് കൈക്കൊണ്ടത്.

അദ്ദേഹത്തിന്റെ സിദ്ധാന്തമനുസരിച്ച് ഒരേ സംഗതി ആവർത്തിക്കുമ്പോൾ ഒരു രൂപമണ്ഡലം (morphic field) ഉണ്ടാകുന്നു. ഇതിനോടുള്ള പ്രതിധ്വനനം അതേ സംഭവത്തിന്റെ ആവർത്തന സാധ്യത വർദ്ധിപ്പിക്കുന്നു. രൂപമണ്ഡലം ഊർജ്ജസ്പർശിയായ ഒരറിവല്ല. മറിച്ച്, ഒരു വീട് നിർമ്മിക്കുന്നതിനുള്ള കരടുരൂപം പോലെയാണ്.

അനുരണന സിദ്ധാന്തത്തിന്റെ ഒരുദാഹരണമായി ഇതിനെ സ്വീകരിക്കാം. ശബ്ദം അനുരണനം സൃഷ്ടിക്കുന്നതുപോലെ സംഭവങ്ങൾക്കും കഴിയും. ഒരേപോലത്തെ സംഭവങ്ങൾ ആവർത്തിക്കുന്ന സ്ഥലങ്ങളെ രൂപപ്രഭാവമണ്ഡലങ്ങളായി അദ്ദേഹം കണക്കാക്കുന്നു. സമാനസംഭവാവർത്തന പ്രതിഭാസത്തെ രൂപാനുരണനം (morphic resonance) എന്നദ്ദേഹം വിളിക്കുന്നു.

പ്രകൃതി മാസിക ഈ സിദ്ധാന്തത്തെ എളുപ്പത്തിൽ തള്ളിക്കളഞ്ഞെങ്കിലും വിശാലമനസ്കരായ പലരും അതിനെ ഗൗരവത്തിലെടുത്ത് ആഴത്തിൽ ചർച്ചചെയ്യാൻ തുടങ്ങി. ഡോക്ടർ ഷെൽഡ്രെയ്ക് ശാസ്ത്രത്തിന്റെ യാഥാസ്ഥിതികപാതവിട്ടു സഞ്ചരിച്ചു എന്നുറപ്പാണ്. ശാസ്ത്രത്തിനുപോലും അജ്ഞാതമായിരുന്ന പല നിഗൂഢതകളും അനാവരണം ചെയ്യുന്നതിൽ അദ്ദേഹത്തിന്റെ സിദ്ധാന്തം വളരെ മുന്നോട്ടുപോയി എന്നും സമ്മതിക്കാതെ നിർവാഹമില്ല.

അത്തരം നിഗൂഢതകളെക്കുറിച്ചുള്ള ചർച്ച ഗ്ലിസറിൻ പരലുകളിലും ചെന്നെത്തി. ഗ്ലിസറിൻ കണ്ടുപിടിച്ച് ആദ്യത്തെ 40വർഷം ഗ്ലിസറിനിൽ നിന്ന് പരലുണ്ടാവില്ല എന്നാണ് കരുതിയിരുന്നത്. 19ാം നൂറ്റാണ്ടിന്റെ ആരംഭത്തിൽ ഒരു ദിവസം വിയന്നയിൽ നിന്ന് ലണ്ടനിലേയ്ക്കു കൊണ്ടുപോയിരുന്ന ഒരുവീപ്പ ഗ്ലിസറിൻ പെട്ടെന്നു പരലുകളാകാൻ തുടങ്ങി.

വളരെക്കുറച്ചു കാലത്തിനു ശേഷം മറ്റൊരു സ്ഥലത്തു വച്ചും വേറൊരു ബാച്ച് ഗ്ലിസറിൻ പരലായി. അതു പടർന്നു. ഊഷ്മാവ് 17°സെലീ (63°^m.lo) ഷ്യസിൽ കുറയുമ്പോൾ ഗ്ലിസറിൻ ഘനീഭവിക്കു മെന്ന് ഇന്ന് അംഗീകരിക്കപ്പെട്ടു കഴിഞ്ഞു.

ഇതിൽനിന്ന് എന്തു മനസ്സിലാക്കാം?

ഏത് കാരണംകൊണ്ടുമാകട്ടെ, ആദ്യം ഗ്ലിസറിൻ കട്ടയായപ്പോൾ ഒരു രൂപപ്രഭാവമണ്ഡലം ഉണ്ടായി. അതിന്റെ അനുരണനങ്ങളാണ് ആവർത്തിച്ചുള്ള കട്ടയാവലിനു കാരണം. മറ്റു പല വസ്തുക്കളിലും ഈ പ്രതിഭാസം അരങ്ങേറിയിട്ടുണ്ട്. ലോകത്തിലെ എല്ലാ ക്രമരാഹിത്യങ്ങൾക്കുമിടയ്ക്കും ഒരിക്കൽ ഒരു പദാർത്ഥം പരലാകാൻ ഇടയായാൽ ഇടയ്ക്കിടയ്ക്ക് അതാവർത്തിക്കുന്നു.

വളരെ വർഷങ്ങളായിട്ടില്ല. ഇംഗ്ലണ്ടിലെ ഒരു ടെലിവിഷൻ ചാനൽ ഷെൽഡ്രെയ്കിന്റെ രൂപാനുരണനത്തിന്റെ സാധ്യത പരിശോധിക്കാൻ ഒരു പൊതുപരീക്ഷണത്തിനു മുൻകൈയെടുത്തു. ആദ്യം തന്നെ രണ്ട് ചായച്ചിത്രങ്ങൾ തയ്യാറാക്കി. അവ്യക്തശൈലികളിലുള്ള രണ്ടെണ്ണം. ഒന്നിൽ തൊപ്പിവെച്ച ഒരു സ്ത്രീയെയും അടുത്തതിൽ മീശവച്ച ഒരാളെയും ഒളിപ്പിച്ചിരുന്നു. ആൾരൂപങ്ങൾ കാണാൻപറ്റാത്ത വിധത്തിലാണ് ചിത്രങ്ങൾ രൂപപ്പെടുത്തിയിരുന്നത്.

പരീക്ഷണത്തിന് 3 ഘട്ടങ്ങളുണ്ടായിരുന്നു. തത്സമയപ്രക്ഷേപണം തുടങ്ങുന്നിതിനു മുമ്പ് പങ്കെടുക്കുന്നവരിൽ ഒരു വിഭാഗത്തോട് എന്തു കാണുന്നു എന്ന് വിവരിക്കാൻ ആവശ്യപ്പെട്ടു. രണ്ടാമത്തെ ഘട്ടം പരിപാടിയ്ക്കിടയിൽ മീശക്കാരന്റെ രഹസ്യം വെളിവാക്കിയതാണ്. പ്രക്ഷേപണം കാണുന്നതിൽ നിന്നു തടഞ്ഞ ബാക്കി ആളുകളോട് പരിപാടിക്കുശേഷം ചിത്രം തിരിച്ചറിയാൻ ആവശ്യപ്പെട്ടു. എന്തായിരുന്നു. ഫലം എന്നോ? ആദ്യ വിഭാഗത്തെക്കാൾ വളരെ നന്നായി രണ്ടാമത്തെ ക്കൂട്ടർ മീശക്കാരനെ കണ്ടുപിടിക്കുന്നതിൽ വിജയിച്ചു. പരീക്ഷകർ എല്ലാ സാധ്യതാഘടകങ്ങളെയും വേണ്ടരീതിയിൽ കണക്കിലെടുത്തിരുന്നു. ഇംഗ്ലണ്ടും അയർലന്റും ഒഴികെയുള്ള രാജ്യങ്ങളിലെ കാണികളിൽ നിന്ന് വിവരങ്ങൾ മുഴുവൻ നീക്കം ചെയ്തിരുന്നു. എങ്ങനെയായാലും പരിപാടി കാണാൻ അനുവദിക്കപ്പെടാതിരുന്നവർ ആദ്യസംഘത്തെക്കാൾ മൂന്നു മടങ്ങ് മെച്ചത്തിലാണ് ചിത്രം തിരിച്ചറിഞ്ഞത്.

ഒരാൾ അറിഞ്ഞു കഴിഞ്ഞ കാര്യം മറ്റുള്ളവരും അറിയാൻ തുടങ്ങുന്നു എന്നാണ് ഈ പരീക്ഷണം തെളിയിക്കുന്നത്.

ഒരേ കുടുംബത്തിലെ ആളുകൾ സമാനസ്വഭാവം പ്രകടിപ്പിക്കുന്നതിന് ഡി.എൻ.എ.മാത്രമല്ല കാരണമെന്ന് ഡോ.ഷെൽഡ്രെയ്ക് പറയുന്നു. രൂപാനുരണനവും കാരണമാകാം. യാദൃച്ഛിക ഒത്തുസംഭവിക്കലുകളെക്കുറിച്ചും (ഏകകാലിത്വം) സമൂഹമനസ്സ് എന്ന പ്രതിഭാസത്തെക്കുറിച്ചും പ്രാഗ് രൂപമാതൃകകളെക്കുറിച്ചും പഠിക്കാൻ ഡോ.ഷെൽഡ്രെയ്ക്കിന്റെ സിദ്ധാന്തം നമ്മെ സഹായിക്കും.

ഡോ.ഷെൽഡ്രെയ്കിന്റെ സിദ്ധാന്തത്തിലെ ഒരു പ്രധാനസംഗതി രൂപാനുരണനം ഒരിക്കൽ ഉണ്ടായാൽ അതു പടർന്ന് എല്ലാ സ്ഥലകാല ങ്ങളിലേയ്ക്കും വ്യാപിക്കും എന്നതാണ്. ഒരു രൂപപ്രഭാവമണ്ഡലം ഉണ്ടാ യിക്കഴിഞ്ഞാൽ തൽക്ഷണമുണ്ടാകുന്ന മാറ്റം ലോകത്തിലെവിടെയും പ്രതിഫലിക്കുന്നു എന്നു പറയാം.

ഡോ. ഷെൽഡ്രെയ്കിന്റെ സിദ്ധാന്തത്തിന് ആദ്യശ്രവണത്തിൽ എന്റെ ശ്രദ്ധയാകർഷിക്കാൻ കഴിഞ്ഞില്ല, ജലപരലുകളിലെ എന്റെ പരീക്ഷണം രൂപാനുരണനത്തിൽ നിന്ന് ഒട്ടും താഴെയായിരുന്നില്ല എന്ന താവാം കാരണം. മാത്രമല്ല. നഗ്നനേത്രംകൊണ്ട് അതെങ്ങനെ മനസ്സി ലാക്കാം എന്നുകൂടിയായിരുന്നു.

പരൽച്ചിത്രങ്ങളെടുക്കുന്ന കാര്യത്തിൽ ആദ്യത്തെ രണ്ടുമാസം ഒരു നേട്ടവും ഉണ്ടായില്ല. പക്ഷേ, ആദ്യചിത്രം പകർത്തുന്നതിൽ ഞാൻ വിജയം കണ്ടതോടെ മറ്റു പലർക്കും അതിനു സാധിച്ചുതുടങ്ങി. രൂപാനുര ണനത്തിന്റെ പരിണതിയാകാം ഇതിനു കാരണം.

ജപ്പാനിൽ വളരെയധികം വിറ്റഴിഞ്ഞ അതെന്തുകൊണ്ടു സംഭവി ക്കുന്നു (Why Does That Occur?) എന്ന പുസ്തകത്തിൽ നിന്നാണ് ഷെൽ ഡ്രെയ്കിനെക്കുറിച്ച് ഞാനാദ്യം മനസ്സിലാക്കുന്നത്. എയ്ച്ചീ ഹൊജിറോ ആയിരുന്നു അതിന്റെ കർത്താവ്. കൗതുകമുണർത്തുന്ന ആറു ശാസ്ത്ര ജ്ഞൻമാർ എന്ന ടെലിവിഷൻ പരിപാടിയിലൂടെ കണ്ടപ്പോഴാണ് അദ്ദേഹ ത്തിൽ ശരിക്കും താല്പര്യമുണ്ടായത്. 4 വർഷങ്ങൾക്കു ശേഷം ഭാഗ്യം എന്നെ അദ്ദേഹത്തിന്റെ അടുത്തെത്തിച്ചു. യൂറോപ്പിൽ പ്രഭാഷണ പരമ്പര നടത്തിവരികയായിരുന്നു ഞാൻ. സെമിനാറിൽ പങ്കെടുത്ത എന്റെയൊരു സുഹൃത്തിന് ഷെൽഡ്രെയ്കിന്റെ ഭാര്യയെ അറിയാമായിരുന്നു. അവരിലൂടെ ഷെൽഡ്രെയ്കിന്റെ ലണ്ടൻ വസതിയിലേയ്ക്ക് ഞാൻ ക്ഷണിക്കപ്പെട്ടു.

ജലപരലുകളെക്കുറിച്ച് ഞാൻ നടത്തിയിരുന്ന അന്വേഷണം അദ്ദേഹത്തിന് അറിയാമായിരുന്നു എന്നത് എന്നെ സന്തോഷിപ്പിച്ചു. ആഴ്ചയിൽ ഒരു കത്തെങ്കിലും എന്നെക്കുറിച്ചന്വേഷിച്ചുകൊണ്ട് ലഭിക്കാ റുണ്ടെന്ന് അദ്ദേഹം പറഞ്ഞു. അദ്ദേഹവും ഞാനും അനേകം കാര്യങ്ങളെ ക്കുറിച്ച് പരസ്പരം ഉത്സാഹത്തോടെ ആരാഞ്ഞുകൊണ്ടിരുന്നു.

അദ്ദേഹം എന്നോടു പറഞ്ഞതിതാണ്:

ജീവനുള്ള വസ്തുക്കളെക്കുറിച്ചും അവയുടെ സ്വഭാവരീതികളെ ക്കുറിച്ചും ഞാൻ പരീക്ഷണങ്ങൾ നടത്തിയിട്ടുണ്ട്. വെള്ളത്തെക്കുറിച്ചില്ല.

അതുകൊണ്ടുതന്നെ വെള്ളം എനിക്കത്ര പരിചിതമല്ല. എങ്ങനെയായാലും ഭാവിയിൽ നമ്മുടെ പരീക്ഷണങ്ങൾക്കു തമ്മിൽ ബന്ധമുണ്ടാവും എന്നു തോന്നുന്നു.

നിരീക്ഷണത്തിന് നിരീക്ഷിക്കപ്പെടുന്നവരുടെ മേലുള്ള സ്വാധീനമാണ് എനിക്കേറ്റവും ഇഷ്ടപ്പെട്ട വിഷയം. തങ്ങളെ പിന്നിൽ നിന്നു വീക്ഷിക്കുന്ന കാര്യം തിരിച്ചറിയാൻ കഴിയുന്ന ചിലരുണ്ട്. ഇക്കാര്യത്തിലുള്ള അന്വേഷണം വിവരപ്പട്ടികയിലൂടെ രേഖപ്പെടുത്തണമെന്ന് ആഗ്രഹമുണ്ട്.

രേഖയാക്കൽ വൈയക്തികമായിത്തീരുമോ എന്ന ആശങ്കയുണ്ട്. അതുകൊണ്ട് വെള്ളം ഉപയോഗിക്കാൻ കഴിയുമോ എന്നു സംശയിക്കുന്നു. അവഗണിക്കപ്പെടുമ്പോഴും വ്യത്യസ്തരായ (വിദഗ്ധർ, സാധാരണക്കാർ, വളരെ ദുഷിച്ചവർ) ആളുകളാൽ നിരീക്ഷിക്കപ്പെടുമ്പോഴും വെള്ളത്തിനുണ്ടാകുന്ന മാറ്റത്തെ പരൽച്ചിത്രങ്ങളിലൂടെ മനസ്സിലാക്കാൻ ഞാൻ ശ്രമിക്കും.

നെന്മണികളിൽ നടത്തിയ പരീക്ഷണത്തിൽ അവഗണിക്കപ്പെട്ട കുപ്പിയിലെ നെന്മണി ചീഞ്ഞുപോയ കാര്യം ഞാൻ അദ്ദേഹത്തോടു സൂചിപ്പിച്ചു. അദ്ദേഹം കൂടുതൽ ഉത്സാഹവാനായി വെള്ളത്തിലുള്ള പരീക്ഷണം താരതമ്യേന എളുപ്പമായിരിക്കുമെന്നു നിർദ്ദേശിച്ചു. (നെന്മണികളിൽ ജീവാണു (microb)ക്കളുടെ വളർച്ചാ പ്രക്രിയയുമായി ബന്ധപ്പെട്ട പ്രയാസമുണ്ടല്ലോ)

ഡോ.ഷെൽഡ്രെയ്കിന് പരഹൃദയജ്ഞാനത്തിൽ അടുത്ത കാലത്ത് വളരെ താല്പര്യമുണ്ടായിട്ടുണ്ട്. യജമാനന്മാർ വീട്ടിലേയ്ക്കു പുറപ്പെടുമ്പോൾ നായ്ക്കളിലുണ്ടാകുന്ന മാറ്റത്തെക്കുറിച്ച് അദ്ദേഹം പരീക്ഷണം നടത്തിയിരുന്നു. വീഡിയോ ഉപകരണങ്ങൾ ഉപയോഗിച്ച് 200 ഓളം കേസുകളിലൂടെ ഈ പ്രതിഭാസത്തെക്കുറിച്ച് പഠിക്കാൻ അദ്ദേഹത്തിനു കഴിഞ്ഞു.

ഡോ.ഷെൽഡ്രെയ്ക് എനിക്കു തന്ന ഒരറിവ് നിങ്ങളിലേയ്ക്കും പകരാൻ ഞാനാഗ്രഹിക്കുന്നു. ഒരദൃശ്യോർജ്ജത്തിന്റെ ചലനത്തിലൂടെയാണ് നമ്മുടെ ജീവിതം സാധ്യമായിട്ടുള്ളത്. അതറിഞ്ഞ് നമുക്കു ചുറ്റുമുള്ള ആളുകളിലേയ്ക്കും സംഭവങ്ങളിലേയ്ക്കും ശ്രദ്ധതിരിക്കേണ്ടതുണ്ട്. ഇതു വളരെ പ്രധാനപ്പെട്ട ഒന്നാണ്. ഒന്നിലേയ്ക്കുള്ള നോട്ടത്തിന് അതിൽ വല്ലാത്ത സ്വാധീനമുണ്ട്. എല്ലാവർക്കും ഇതറിയാം. ആരും പ്രാവർത്തികമാക്കുന്നില്ലെന്നു മാത്രം. വീട്ടിൽ മാതാപിതാക്കൾ കുട്ടികൾക്കു ശ്രദ്ധ കൊടുക്കേണ്ടതും തുല്യകാര്യമാണ്.

ഒന്നിൽ ശ്രദ്ധകേന്ദ്രീകരിക്കൽ സ്നേഹപ്രകാശനകർമ്മമാണ്.

പ്രജ്ഞയ്ക്ക് വസ്തുക്കളിലുള്ള സ്വാധീനത്തിന്റെ പഠനത്തിൽ ഷെൽഡ്രെയ്ക് വളരെ മുന്നിലാണ്. അതുകൊണ്ടുതന്നെ അദ്ദേഹത്തിന്റെ വാക്കുകൾക്ക് പ്രത്യേക പ്രസക്തിയുണ്ട്.

വെള്ളത്തിന്റെ പാഠങ്ങളും ഡോ.ഷെൽഡ്രെയ്ക്കിന്റെ സിദ്ധാന്തങ്ങളും സമന്വയിപ്പിച്ചാൽ നമ്മുടെ ലോകത്തിന്റെ പല രഹസ്യങ്ങളുടെയും താഴുതുറക്കാനാകും. നമുക്കോരോരുത്തർക്കും ലോകം മാറ്റിമറിക്കാനുള്ള മാന്ത്രികസിദ്ധിയുണ്ട്. തന്റെ സൃഷ്ടിവൈഭവം ദൈവം നമുക്കും പകർന്നു തന്നിട്ടുണ്ട്. ആ സിദ്ധി ഉത്തുംഗഭാവത്തിൽ ഉപയോഗിച്ചാൽ ലോകം മാറ്റാൻ നമുക്കും സാധിക്കും. പക്ഷേ, ഒരു നിമിഷം!

യാതനകൾക്കും വേദനകൾക്കും ഒരന്ത്യവും കാണാനാവാത്തവർക്ക് ഈ ദൃഷ്ടികോൺ ഗണ്യമായ ആശ്വാസം പകരും. നിങ്ങൾ, നിങ്ങൾക്കുതന്നെ ഈ ലോകം പരിവർത്തിപ്പിക്കാൻ കഴിവുണ്ട്.

ലോകത്തിലെ സകലതും പരസ്പരപൂരകമാണ്. നിങ്ങൾ ചെയ്യുന്ന ഒന്ന് അതേ നിമിഷം മറ്റാരോ കൂടി ചെയ്യുന്നുണ്ട്. അതിനാൽ ഏതുരൂപ പ്രഭാവമണ്ഡലം നിർമ്മിക്കുന്നതിലാണ് നാം തല്പരരാവേണ്ടത്? വേദന യുടെയും പൈശാചികത്വത്തിന്റെയും മണ്ഡലം വേണോ? അതോ സ്നേ ഹവും കൃതജ്ഞതയും നിറഞ്ഞ ലോകം വേണോ?

വെള്ളത്തിനരികിലിരുന്ന് സ്നേഹത്തിന്റെയും കൃതജ്ഞതയുടെയും സന്ദേശങ്ങളയയ്ക്കുമ്പോൾ ലോകത്തിലെവിടെയോ ഒരാൾ സ്നേഹം കൊണ്ടും കൃതജ്ഞതകൊണ്ടും വീർപ്പുമുട്ടുന്നുണ്ട്. നിങ്ങളുടെ തൊട്ടുമുന്നിലുള്ള വെള്ളം ലോകത്തിലെ മുഴുവൻ വെള്ളവുമായി ഇഴചേർന്നിരിക്കുന്നു. നിങ്ങൾ നോക്കിക്കൊണ്ടിരിക്കുന്ന വെള്ളം എവിടെയുമുള്ള വെള്ളവുമായി പ്രതിധ്വനിക്കും. അതുപോലെ നിങ്ങളുടെ സ്നേഹസന്ദേശം ലോകത്തിൽ എവിടെയുമുള്ള ആളുകളുടെ ആത്മാവിൽ എത്തിച്ചേരും.

സ്നേഹംകൊണ്ടും കൃതജ്ഞതകൊണ്ടും ഈ ലോകത്തെ നമുക്കു പൊതിയാം. അതൊരു പ്രഭാവലയമായി ലോകം മുഴുവൻ ചലിപ്പിക്കും. സ്ഥലകാലങ്ങൾ മറക്കാം. ഇവിടെ, ഇപ്പോൾ വിസ്മയകരവും സുസ്തമിതദായകവുമായ കാര്യങ്ങൾ സാധ്യമാണ്.

ലോകം നിറയ്ക്കുന്ന ഒരു പുഞ്ചിരി

ജലപരലുകളിലൂടെ വെളിവാക്കപ്പെട്ട പ്രപഞ്ചത്തിന്റെ നിഗൂഢവിസ്മയങ്ങൾ കഴിയുന്നത്ര ആളുകളിൽ എത്തിക്കാൻ അവയുടെ ഫോട്ടോച്ചിത്രങ്ങൾ ഞാൻ ജപ്പാനിൽ പ്രസിദ്ധീകരിച്ചു. എന്നാൽ, ഏറ്റവും കൂടുതൽ പ്രതികരണമുണ്ടായത് യൂറോപ്പിൽ നിന്നാണ്. എന്റെ ഭാവനയ്ക്കുമപ്പുറത്തെ കോളിളക്കമാണ് അതിവേഗത്തിൽ മനുഷ്യഹൃദയങ്ങളിൽ അതുണ്ടാക്കിയത്.

അനേകമനേകം രാജ്യങ്ങളിൽ അനേകമനേകം ആളുകളിൽ ഇത്രയ്ക്കാവേശമുണ്ടാക്കുന്ന എന്താണ് അതിലുള്ളത്? ഒരാൾ പരൽച്ചിത്രങ്ങളിൽ നോക്കിക്കൊണ്ടിരിക്കെ അയാളുടെ ശരീരത്തിലെ ജലാംശത്തിൽ ഭൗതികമായൊരു മാറ്റം ഉളവാകുന്നു. വെള്ളത്തിന് ലോകത്തോടൊരു സന്ദേശമുണ്ട്: *'സ്നേഹവും കൃതജ്ഞതയും കൊണ്ട് ഈ ലോകം ഒന്നുചേർക്കപ്പെട്ടിരിക്കുന്നു.'*

വിശ്വപ്രകൃതിയുടെ അടിസ്ഥാനതത്ത്വങ്ങളാണ് സ്നേഹവും കൃതജ്ഞതയും. പ്രപഞ്ചത്തിലൂടെയുള്ള മഹായാത്രയ്ക്കുശേഷം നെഞ്ചിൽ സ്നേഹവും കൃതജ്ഞതയുമായാണ് വെള്ളം ഭൂമിയിലെത്തി ച്ചേർന്നത്. ഈ സ്നേഹവും കൃതജ്ഞതയുമാണ് ജീവന്റെ ആദ്യതുടിപ്പ് നിർമ്മിച്ചത്. അതിന്റെ വളർച്ചയ്ക്കുവേണ്ട സ്നേഹലാളനം പകരുകയും ചെയ്തു. ജലപരൽച്ചിത്രങ്ങളിലേയ്ക്കുള്ള നോട്ടം നമ്മുടെ ഓരോ കോശ ങ്ങളിലും ആഴത്തിൽ നിറഞ്ഞിരിക്കുന്ന വെള്ളത്തിന്റെ ആദിമബോധത്തി ലേയ്ക്ക് നമ്മെ നയിക്കുന്നു.

വെള്ളത്തിന്റെ സന്ദേശം സ്നേഹവും കൃതജ്ഞതയുമാണ്.

ഈ അധ്യായത്തിനു മുമ്പ് നൽകിയിട്ടുള്ള പരൽച്ചിത്രങ്ങളെ പരിശോധിച്ചു നോക്കൂ. നമ്മുടെ സുന്ദരലോകം അവയിൽ പ്രതിഫലിക്കുന്നു. നമുക്കു ചുറ്റുമുള്ള ദൃശ്യസംഗീതങ്ങളിൽ നിന്ന് വെള്ളത്തിനുണ്ടായ മാറ്റത്തെ പ്രതിഫലിപ്പിക്കുന്നു. കുഴൽ വെള്ളവും ശുദ്ധജലവും തമ്മിലുള്ള സാദൃശ്യവും അവയിലുണ്ട്.

ആദ്യ അധ്യായത്തിൽ സൂചിപ്പിച്ചതു പോലെ ലോകം എന്റെ പ്രവർത്തനം അറിയാൻ തുടങ്ങിയത് പരൽച്ചിത്രങ്ങളുടെ പ്രഥമ സമാഹാരത്തിൽ നിന്നായിരുന്നു. ഇതു സാധ്യമായത് ഡച്ച് പൗരത്വമുള്ള ഷിസൂകോ ഔവ്ഹന്റ് എന്ന ജപ്പാനീസ് വനിതയുടെ നിതാന്തപരിശ്രമം കൊണ്ടാണ്. അവരിപ്പോൾ എന്റെ ദ്വിഭാഷിയാണ്.

ആദ്യപരൽച്ചിത്രസമാഹാരം ജപ്പാനിൽ പ്രസിദ്ധീകരിച്ച് ഒരു മാസം കഴിയുന്നതിനു മുമ്പ് ഒരു പൊതുപരിചയത്തിന്റെ ആമുഖത്തോടെ അവരെന്റെ ഓഫീസ് സന്ദർശിച്ചു. എന്റെ പുസ്തകത്തിന്റെ ഒരു പ്രതി അവർക്കു നേരെ നീട്ടി.

ചിത്രങ്ങൾ ഒന്നു നോക്കിയ നിമിഷം അവരതിൽ ആകൃഷ്ടയായി. പുസ്തകത്തിന്റെ 77 പ്രതികളാണ് അവർ വാങ്ങിയത്. നെതർലാൻസ്, സ്വിറ്റ്സർലാന്റ്, ജർമ്മനി, യു.എസ്.എ. ഓസ്ത്രേലിയ അങ്ങനെ പല രാജ്യങ്ങളിലുമുള്ള വേണ്ടപ്പെട്ടവർക്ക് അവ അയച്ചുകൊടുക്കുകയും ചെയ്തു.

പുസ്തകം അയച്ച് അധികം കഴിയുന്നതിനു മുമ്പ് പ്രതികരണങ്ങളുടെ ഒരു പ്രവാഹം തന്നെ അവരെത്തേടിയെത്തി. പരലുകൾക്കു വേണ്ടി ഉറ്റുനോക്കിയിരുന്നവരുടേതുപോലുള്ള പ്രതികരണങ്ങൾ. നമ്മുടെ യാതനാകാലത്തിന് ഒഴിച്ചുകൂടാനാവാത്തതുപോലെ പരലുകൾ അവർ സ്വീകരിച്ചതിന്റെ സാക്ഷ്യങ്ങൾ. മനുഷ്യരത്നങ്ങളെ കാത്ത് എന്ന വിഷയം ഒരു ലഘുവാർഷികസെമിനാറിൽ അവതരിപ്പിക്കാൻ സ്വിറ്റ്സർലന്റിലെ സൂറിച്ചിലേയ്ക്ക് ഷിസുക്കോ എന്നെ ക്ഷണിച്ചു.

ഒരാഴ്ച കഴിഞ്ഞ് കുറച്ചുകൂടി വിപുലമായ ഒരു വാർഷികയോഗത്തിൽ പ്രഭാഷണത്തിന് അവസരം ഒരുക്കി. പത്രപ്രവർത്തകരുടെ ഒരു വലിയ നിരതന്നെ അവിടെയുണ്ടായിരുന്നു. പല ആനുകാലികങ്ങൾക്കു വേണ്ടിയും എനിക്ക് അഭിമുഖം നൽകാനൊത്തു. എന്റെ പ്രവർത്തനങ്ങൾ ലോകത്തെ അറിയിക്കാൻ ലഭിച്ച അപൂർവാവസരമായിരുന്നു അത്.

എന്റെ പരൽച്ചിത്രങ്ങൾ കണ്ട് ആവേശഭരിതയായ മാനുവേല കിം എന്ന വനിതയും ഷിസുക്കോയുടെ വിജയസംരംഭങ്ങൾക്കു പുറകിലുണ്ടായിരുന്നു. അവർ എനിക്കൊരു സന്ദേശമയച്ചു.

എനിക്കു രണ്ട് കുട്ടികളുണ്ട്. സ്നേഹത്തോടെ നിർദ്ദേശിക്കുമ്പോഴും ആജ്ഞാപിക്കുമ്പോഴും എന്തു മാറ്റമാണ് അവരിലുണ്ടാകുന്നത്. *'നമുക്കതു ചെയ്യാം' 'അതു ചെയ്യ്'* എന്നീ നിർദ്ദേശങ്ങൾക്കിടയിലെ വ്യത്യാസമാണത്. നമ്മുടെ ഓരോ കോശത്തിലും അതു പ്രതിഫലിക്കുന്നു എന്നും ഞാനറിയുന്നു.

നമ്മുടെ നിത്യജീവിതത്തിൽ വളരെ പ്രധാനപ്പെട്ട കാര്യങ്ങൾ ജലപരലുകൾക്കു പഠിപ്പിക്കാനുണ്ട്. കാന്തവലയങ്ങളിൽക്കൂടിയാണ് ഓരോ ദിവസവും കടന്നുപോകുന്നത്. കമ്പ്യൂട്ടറില്ലാതെ ജീവിക്കേണ്ടിവരുന്നത് ആലോചിക്കാനേ വയ്യ. കാന്തവലയങ്ങളുടെ ആപത്തിനെക്കുറിച്ച് ബോധ്യമില്ലാതെയും ബോധ്യപ്പെട്ട് ജാഗരൂകമായും കഴിയുന്നതിലെ വ്യത്യാസം മനസ്സിലാക്കിക്കഴിഞ്ഞപ്പോൾ ഞാനാകെ തരിച്ചുപോയി.

ചിത്രങ്ങൾ കണ്ടതിനുശേഷം താൻ സംഘടിപ്പിക്കാനുദ്ദേശിക്കുന്ന ഒരു സെമിനാറിൽ പ്രഭാഷണത്തിന് മാനുവേല എന്നെ ക്ഷണിച്ചു. സംഗ്ല ന്റ് എന്ന ഒരു ചെറിയ പട്ടണത്തിലെ പരിസ്ഥിതി സമിതിയെ ജലവും പരിസ്ഥിതിയും എന്ന വിഷയത്തിൽ ഒരു സെമിനാർ സംഘടിപ്പി ക്കാനാണ് അവരാദ്യം സമീപിച്ചത്. അവർ തീരെ താല്പര്യം കാണിച്ചില്ല. നഗ്ന നേത്രങ്ങൾക്കു ഗോചരമല്ലാത്ത സംഗതികളിൽ താല്പര്യമുള്ള ചെറു സംഘങ്ങളെയാണ് മാനുവേല പിന്നീടു സമീപിച്ചത്. ജലപരലുകളെക്കുറിച്ചുകേട്ട അവർ ഉത്സാഹവും താല്പര്യവും പ്രദർശിപ്പിച്ചു.

മാനുവേലയുടെ കഠിനയത്നത്താൽ ഒരാഴ്ചയ്ക്കുള്ളിൽ സ്വിറ്റ്സർലന്റിലെ മൂന്ന് നഗരങ്ങളിൽ പ്രഭാഷണങ്ങൾ നടത്താൻ എനിക്കു സാധിച്ചു. എന്റെ പ്രവർത്തനങ്ങളെക്കുറിച്ചറിയാൻ വളരെയധികം ആളുകൾ താല്പര്യം പ്രകടിപ്പിക്കുന്നതു മനസ്സിലാക്കി ഞാൻ ജപ്പാനിലേയ്ക്കു മടങ്ങി.

മാനുവേലയുടെ ആദ്യക്ഷണത്തിനു പിന്നാലെ വളരെയധികം ക്ഷണം എന്നെത്തേടിയെത്തി. അവിടെയൊക്കെ പ്രതികരണം വിസ്മയകരമായിരുന്നു. യൂറോപ്പിൽ ആളുകൾ തിങ്ങിനിറഞ്ഞ പല ഹാളുകളിലും പ്രഭാഷണങ്ങൾക്കും പ്രബന്ധാവതരണങ്ങൾക്കുമായി പലവട്ടം സന്ദർശിക്കാൻ എനിക്കു സാധിച്ചു. തുടർന്ന് ആനുകാലികങ്ങളിൽ വന്ന ലേഖനങ്ങൾ വിദേശത്ത് വലിയ ഉത്സാഹമുണ്ടാക്കി. ചിത്രസമാഹാരത്തോടു പ്രത്യേക മമതയും പ്രഭാഷണങ്ങൾക്കുള്ള ക്ഷണങ്ങളും വളരെയുണ്ടായി.

പുസ്തകത്തെക്കുറിച്ചുള്ള വാർത്ത യൂറോപ്പിൽ നിന്ന് അമേരിക്കയിലെത്തി. ഹാർവാർഡ് സർവകലാശാലയിലും ബോസ്റ്റണിന്റെ ഉൾപ്രദേശത്തുള്ള ഒരു സ്വതന്ത്രവിദ്യാലയത്തിലും പ്രസംഗിക്കാൻ ഞാൻ ക്ഷണിക്കപ്പെട്ടു. തോക്കും മയക്കുമരുന്നും അക്രമവും ദുഷിപ്പിച്ചിരുന്ന അമേരിക്കൻ മാതൃകയിലെ കുട്ടികളല്ലായിരുന്നു ആ വിദ്യാലയത്തിൽ. ഈ വ്യതിരിക്തതയാവാം എന്റെ പ്രഭാഷണത്തിൽ അവരെ പിടിച്ചിരുത്തിയത്. നിർദയമായ വാക്കുകൾ വെള്ളത്തെയും മറ്റുള്ളവരെയും നശിപ്പിക്കും എന്ന

വിവേകത്തോടെയായിരിക്കും പ്രസംഗം കഴിഞ്ഞ് അവർ വീട്ടിലേയ്ക്കു മടങ്ങിയത്. വീട്ടിലെത്തിയ അവർ 'ഗൃഹപാഠം ചെയ്യ്', 'മുറി വൃത്തി യാക്ക്' എന്നെല്ലാം പറയാതിരിക്കാൻ മാതാപിതാക്കളോട് അഭ്യർത്ഥിക്കുന്നത് ഞാൻ ഭാവനയിൽ കാണുന്നു.

അനുരണന പ്രതിഭാസത്തിന്റെ മറ്റൊരുവശം കൂടിയാണിത്. ആർ ദ്രമായ ചിത്തം എങ്ങിനെയോ അലങ്കോലപ്പെട്ടവർ ജലപരലുകളെക്കു റിച്ചു മനസ്സിലാക്കുമ്പോൾ ജലത്തിന്റെ സന്ദേശം അതിവേഗം ലോകം മുഴുവൻ പരക്കുന്നു.

ഇന്നത്തെ കലങ്ങിമറിഞ്ഞ അവസ്ഥയ്ക്ക് ഉത്തരം തേടി അലയുന്ന തിന്റെ ഫലം കൂടിയാവാം ഇത്. ഈ കുഴമറിച്ചിലിനെക്കുറിച്ച് അവബോധ മുള്ള മുഴുവൻ പേരുടെയും ശ്രദ്ധാകേന്ദ്രമായി ജലപരലുകൾ മാറും എന്ന കാര്യത്തിൽ എനിക്കു സംശയമേ ഇല്ല.

ജർമനി, സ്വിറ്റ്സർലന്റ്, നെതർലാൻഡ്, ഇംഗ്ലണ്ട്, ഫ്രാൻസ്, ഇറ്റലി, കാനഡ, യു.എസ്.എ തുടങ്ങിയ രാജ്യങ്ങളിലെ എന്റെ സന്ദർശനം ലോക ത്തിന്റെ നാനാഭാഗത്തായി വെള്ളത്തെക്കുറിച്ചു ഗവേഷണം നടത്തുന്ന പലരെയും കണ്ടുമുട്ടാനും സംസാരിക്കാനും അവസരമുണ്ടാക്കി. വെള്ള ത്തിന്റെ അതിനിഗൂഢത്വം കാരണമാവാം ഓരോ സമീപനവും വ്യത്യസ് തവും മാമൂൽ വിരുദ്ധവുമായിരുന്നു.

ഈ ഉത്സാഹം ലോകത്തിന്റെ നാനാഭാഗത്തുമായി നടത്തേണ്ടിവന്ന ചർച്ചകളിലൂടെയും ഒത്തുചേരലുകളിലൂടെയും എന്നെ തിരക്കു പിടിച്ച വനാക്കി. ഒരു നിമിഷംപോലും ഒഴിവില്ലാത്തത്ര തിരക്ക്. സ്വിറ്റ്സർലന്റ് ചർച്ച ലൂക്കേണിൽ രണ്ടു പ്രാവശ്യം ആവർത്തിച്ചതിനുശേഷം അന്താ രാഷ്ട്രതലത്തിലേയ്ക്കു വികസിച്ചു കൊണ്ടിരുന്നു. ഓസ്ത്രേലിയയിലും ഇംഗ്ലണ്ടിലും കൂടി ചർച്ചകളിൽ പങ്കെടുക്കേണ്ടിവന്നു.

യൂറോപ്പിനെക്കുറിച്ചും മറ്റു രാജ്യങ്ങളെക്കുറിച്ചും എനിക്കാദ്യം സംശയമുണ്ടായിരുന്നു. എന്നാലിന്ന് ജപ്പാനിലേക്കാൾ ആവേശം അവിടെ യൊക്കെയുണ്ട്. സൂറിച്ച് തടാകം സന്ദർശിച്ച ഒരു ജപ്പാൻ സംഘത്തെ ക്കുറിച്ചു കേട്ടത് ഞാനോർക്കുന്നു. തടാകം അതീവസുന്ദരമായിരുന്നു. അവിടെ എന്തുകൊണ്ടാണ് ചപ്പുചവറുകൾ ഇല്ലാത്തത് എന്ന് ഒരു സംഘാംഗം സ്വിസ് വഴികാട്ടിയോടു ചോദിച്ചു. തടാകത്തിന്റെ ശുചിത്വ ത്തിൽ ഉറച്ചുവിശ്വസിച്ചിരുന്ന അയാൾ ഉത്തരത്തിന് ഒന്നു കുഴങ്ങി തിരിച്ചു ചോദിച്ചു. *എന്തേ അങ്ങനെയൊരു ചോദ്യം ഉന്നയിക്കാൻ?*

ഞാൻ ചെന്നിടത്തൊക്കെ പരൽച്ചിത്രങ്ങളുടെ പ്രദർശനത്തിനു ശേഷം അതാതുപ്രദേശങ്ങളിലെ വെള്ളത്തിൽനിന്നു രൂപപ്പെടുത്തിയ

പരലുകളുടെ സ്ലൈഡുകളും കാണിച്ചിരുന്നു. എന്റെ സന്ദേശം കേൾക്കുകയും സ്ലൈഡുകൾ കാണുകയും ചെയ്യുമ്പോൾ യൂറോപ്യന്മാരിൽ അദ്ഭുതവും ആവേശവും പ്രകടമായിത്തന്നെ കാണാമായിരുന്നു. സത്യസന്ധമായ അവരുടെ പ്രതികരണം വെള്ളത്തെക്കുറിച്ച് അവർക്കുള്ള വേവലാതിയാണ് വെളിപ്പെടുത്തിയത്.

പരൽനിർമ്മാണം ജപ്പാനിൽമാത്രം ഒതുങ്ങിയിരുന്നതിനാൽ യൂറോപ്പിലും ഗവേഷണകേന്ദ്രം തുടങ്ങണമെന്ന് പലരും അഭ്യർത്ഥിച്ചു. വളരെ നാളുകളായി എന്റെ തലയിൽ പാറിക്കളിച്ചിരുന്ന ഒരാശയത്തെക്കുറിച്ചു വിവരിച്ചു കൊണ്ടാണ് ഞാനവരോടു പ്രതികരിച്ചത്.

മഹത്തും അനന്യവുമായൊരാശയം - ജലപരലിന്റെ ഷഡ്കോണാകൃതിയിൽ ഒരുഗവേഷണ സ്ഥാപനം ആരംഭിക്കണം. പരലുകളുടെ പരീക്ഷണശാല ഒത്ത നടുക്ക്. ചുറ്റും ആറു പരീക്ഷണശാലകൾ. മറ്റു വിഷയങ്ങൾക്കും ശാസ്ത്രത്തിന്റെ പ്രവർത്തനരംഗങ്ങൾക്കും ഭൗതികശാസ്ത്രം, ഗണിതം, ജീവശാസ്ത്രം, വൈദ്യശാസ്ത്രം, ജ്യോതിശ്ശാസ്ത്രം, സമുദ്രശാസ്ത്രം, രസതന്ത്രം, യന്ത്രശാസ്ത്രം, മതം, തത്ത്വചിന്ത തുടങ്ങി എല്ലാ വിജ്ഞാനശാഖകൾക്കും അവിടെ സ്ഥാനമുണ്ട്. ഓരോ ശാലകളിലും 18 വിഷയങ്ങളായി മൊത്തം 108 വിഷയങ്ങളിൽ ശ്രദ്ധ കേന്ദ്രീകരിക്കണം.

ഭൂമിയുടെ പരിസ്ഥിതി എങ്ങനെ ഇത്ര വഷളായി, എന്തുകൊണ്ട് ആളുകൾ ആകെ അങ്കലാപ്പിലാവുന്നു.? നമ്മുടെ സംസ്കാരം തകർന്നടിയാൻ കാരണമെന്ത് എന്നതിനെക്കുറിച്ചൊക്കെ ചിന്തിച്ചുതുടങ്ങിയപ്പോൾ മുതൽ ഈ സ്വപ്നം എന്റെ മനസ്സിലുണ്ടായിരുന്നു. ഒന്നാമതായി, ശാസ്ത്രസമൂഹത്തിന്റെ അഹങ്കാരവും അഴിമതിയുമാണ് ഈ അവ്യവസ്ഥയ്ക്ക് കാരണം. രണ്ടാമത്തെ കാരണം തകരുന്ന ഈ വ്യവസ്ഥയെ പോഷിപ്പിച്ചുകൊണ്ടിരിക്കുന്ന അധികൃതസമൂഹമാണ്.

സ്വന്തം ഇഷ്ടത്തിനും അവബോധത്തിനും അനുസരിച്ചു പ്രവർത്തിക്കുന്ന ശാസ്ത്രജ്ഞന്മാർ തീർച്ചയായുമുണ്ട്. സമൂഹത്തിന്റെ കെട്ടുപാടുകൾ പരിശോധിച്ചാൽ വളരെക്കുറച്ചുപേർ മാത്രമാണ് മനുഷ്യനന്മയ്ക്കും ഭൂമിയുടെ ശുദ്ധീകരണത്തിനും പ്രവർത്തിച്ചിട്ടുള്ളത് എന്നു മനസ്സിലാവും.

തീർച്ചയായും ഇക്കൂട്ടത്തിൽപ്പെടാത്ത ചില ശാസ്ത്രജ്ഞന്മാരുമുണ്ട്. അധികൃതരുടെ ആജ്ഞാനുവർത്തികളായി വെള്ളത്തിൽ ക്ലോറിൻ കലക്കി സമൂഹത്തെ നാശത്തിലേയ്ക്കു നയിക്കുന്നവർ ജപ്പാനിലുണ്ട്.

ശാസ്ത്രജ്ഞൻമാർ മാത്രമല്ല ഉത്തരവാദികൾ. ഒരു കൂട്ടം ശാസ്ത്ര

ജ്ഞൻമാരുടെ കഠിനാധ്വാനത്തെപ്പോലും നിഷ്ഫലമാക്കുന്ന രീതിയിൽ സമൂഹത്തിന്റെ അടിത്തറ ആകെ ഉലഞ്ഞിരിക്കുന്നു.

തികച്ചും നിരാശാജനകമായ ഈ അവസ്ഥയിൽ നിന്ന് കാര്യങ്ങൾ എങ്ങനെ നേർവഴിക്കുകൊണ്ടുപോകാനാകും? ശാസ്ത്രസമൂഹത്തിന്റെ ചുറ്റുപാടുകളിലും രീതികളിലും സമൂല പരിവർത്തനം സാധിച്ചുകൊണ്ടു വേണം അങ്ങനെയൊരു ശ്രമത്തിനു തുടക്കംകുറിക്കാൻ.

എന്റെ സ്വപ്നത്തിലെ പരീക്ഷണശാലയിൽ പ്രാദേശികജന സമൂഹം ശാസ്ത്രജ്ഞരെ സഹായിക്കാനെത്തും. ശാസ്ത്രജ്ഞർ അവര വരുടെ വിഷയങ്ങളിൽ ശ്രദ്ധയൂന്നുന്നതോടൊപ്പം ശാസ്ത്രസമൂഹത്തിലെ മറ്റുള്ളവരുമായി ആശയക്കൈമാറ്റം നടത്തും. അന്വേഷണത്തിന്റെ ഒരു പുതുദിശ രൂപപ്പെടും. സമുദായം വ്യക്തിഗവേഷകർക്ക് സാമ്പത്തികവും അല്ലാത്തതുമായ സഹായങ്ങൾ നൽകും. കൂട്ടായ ഈ യത്നം മനുഷ്യ ന്റെയും മനുഷ്യാവാസ കേന്ദ്രത്തിന്റെയും ഭാവിയെ നിശ്ചയിക്കുന്ന കണ്ടു പിടിത്തങ്ങളിലേയ്ക്കും മുന്നേറ്റങ്ങളിലേയ്ക്കും എത്തിച്ചേരും.

പരീക്ഷണസ്ഥാപനത്തിലെ പ്രധാന ഭക്ഷണശാലയിലിരുന്ന് പ്രഭാതത്തിലും മധ്യാഹ്നത്തിലും ഭക്ഷണത്തിനിടയിൽ ചർച്ച ചെയ്ത് സായന്തനത്തിൽ ഗവേഷകർക്ക് പരീക്ഷണ ഫലങ്ങൾ പ്രഖ്യാപിക്കാ നാവും.

ഈ സ്വപ്നം യാഥാർത്ഥ്യമാകാൻ വളരെയേറെ തടസ്സങ്ങൾ മറി കടക്കേണ്ടിവരും. അതിലേയ്ക്കുള്ള ആദ്യചുവട് വച്ചുകഴിഞ്ഞു എന്നു തന്നെ ഞാൻ കരുതുന്നു.

നിങ്ങളുടെ ഉദ്ദേശ്യങ്ങൾ എന്തുമാകട്ടെ, അതു പ്രഖ്യാപിക്കൽ ഒരു പ്രധാന ചുവടുവയ്പു തന്നെയാണ്. ഞാനിത് ആത്മവിശ്വാസത്തോടെ പറയുന്നത് വ്യവസായരംഗത്തെ നീണ്ടകാലത്തെ പരിചയത്തിന്റെ ബല ത്തിലാണ്. എന്തു ചിന്തിക്കുന്നു, എന്തുചെയ്യാൻ പോകുന്നു എന്നൊക്കെ ആളുകളോടു കൊട്ടിഘോഷിക്കുന്നത് ചെറുപ്പം തൊട്ടേ എന്റെ ശീല മായിരുന്നു. വിടുവായൻ എന്ന് എനിക്കു പേരും കിട്ടി. എന്തെങ്കിലും പറ യുക എന്ന സരളയത്നംതന്നെ ഊർജ്ജം ശേഖരിക്കാനുള്ള മാർഗ്ഗമാണ്. പ്രത്യേകിച്ച്, മറ്റുള്ളവരോടു പറയുമ്പോൾ ഊർജ്ജം നിങ്ങളിലേയ്ക്കു പ്രവഹിച്ച് ലക്ഷ്യപ്രാപ്തിക്ക് സഹായകമായിത്തീരുന്നു.

ലക്ഷ്യം പ്രകടിപ്പിക്കുമ്പോൾ ലക്ഷ്യപ്രാപ്തി അതിന്റെ പിന്നാലെ വന്നുകൊള്ളും. നിരുത്തരവാദപരമായ പ്രഖ്യാപനങ്ങൾ നടത്താനല്ല ഞാനാവശ്യപ്പെടുന്നത്. ഉള്ളിൽ നിന്നാണതു വരേണ്ടത്. നിങ്ങളുടെ വാക്ക് നിങ്ങളുടെ വാഗ്ദാനമാണ്. അതുകൊണ്ട് പറയുന്നതു പ്രവർത്തിക്കാൻ

പ്രതിജ്ഞാബദ്ധരായിരിക്കണം. നിങ്ങളുടെ ലക്ഷ്യം മറ്റുള്ളവരെ അറിയിക്കുന്നത് അവിചാരിത കേന്ദ്രങ്ങളിൽനിന്ന് ആവശ്യമായ സഹായങ്ങൾ വന്നുചേരുന്നതിനും ഇടയാക്കുന്നു. വാക്കുകൾക്ക് തനതും മറ്റൊന്നിനുമില്ലാത്തതുമായ കമ്പനാവൃത്തികളുണ്ട്. പ്രപഞ്ചത്തെ ഉലയ്ക്കാൻ അവയ്ക്കാവുമെന്ന് നമ്മൾ കണ്ടുകഴിഞ്ഞു. വദനനിർഗതമായ വാക്കിന് പ്രപഞ്ചഹൃദയത്തിൽ തുളഞ്ഞു കയറാൻ ശക്തിയുണ്ട്. പ്രകൃതി പാഠങ്ങൾ അരുളുന്ന വാക്കുകൾ സ്രഷ്ടാവിന്റെ വചനങ്ങൾ കൂടിയാണ്.

വാക്കിന്റെ ശക്തിയും സിദ്ധിയും സ്വന്തം ശരീരത്തിലൂടെ തെളിയിച്ചുക്കാണിച്ച ഒരാളെ എനിക്കറിയാം. നൊബുവോ ഷിയോയയെ എന്റെ മാസ്റ്ററായി വിശേഷിപ്പിക്കുന്നതിൽ എനിക്ക് അഭിമാനമുണ്ട്. 101 വയസ്സുള്ള അദ്ദേഹം നടുനിവർന്ന ശക്തനും ആരോഗ്യവാനുമാണ്. ഒരു വർഷത്തിൽ പലപ്രാവശ്യം പ്രഭാഷണങ്ങൾ നടത്താൻ ഒന്നുരണ്ടു മണിക്കൂറുകൾ അദ്ദേഹം നിന്നനിൽപ്പിൽ നിൽക്കും. എന്നും ഗോൾഫ് കളിക്കും. തികച്ചും നിഗൂഢമാണ് അദ്ദേഹം ആരോഗ്യം നിലനിർത്തുന്ന കാര്യം.

തന്റേതായ ശ്വസനസമ്പ്രദായമാണ് ആരോഗ്യത്തിന്റെ രഹസ്യമെന്ന് മാസ്റ്റർ ഷിയോയ പറയുന്നു. കരൾ നിറയുന്നതുവരെ വായു വലിച്ചെടുത്ത് ശരീരത്തിനു മുഴുവൻ പ്രാണവായു പകരുന്നു. പ്രപഞ്ചത്തിലെ ഊർജ്ജം മുഴുവൻ ചുറ്റും വന്നുനിറയുന്നതായി ചിന്തിച്ച് അദ്ദേഹം സ്വയം ഊർജ്ജസ്വലനാക്കുന്നു. ദൃഢപ്രത്യയത്തിന്റെ മഹാശക്തിയെക്കുറിച്ചും ഇതോർമിപ്പിക്കുന്നു. പ്രാണായാമത്തിന്റെ അവസാനം ഇങ്ങനെ പ്രതിജ്ഞചെയ്യാനും മാസ്റ്റർ ഷിയോയ ശുപാർശ ചെയ്യുന്നു. *'പ്രപഞ്ചത്തിന്റെ ഇച്ഛയുടെ അനന്തശക്തി കേന്ദ്രീകരിച്ച് ലോകത്തിൽ ശരിയായ ശാന്തിയുണ്ടാകട്ടെ.'* ഈ പ്രസ്താവന ഒരുതരം പ്രാർത്ഥനയാണ്. ഏറ്റവും പ്രധാനം ഇച്ഛ എന്ന വാക്ക് അദ്ദേഹം ഉച്ചരിക്കുന്നതിലെ ദൃഢനിശ്ചയമാണ്. ഇന്നത്തെ ശാസ്ത്രത്തിനു കണ്ടുപിടിക്കാനാവാത്ത പൈശാചികകണങ്ങൾ ഉണ്ടെന്നാണ് മാസ്റ്ററുടെ വാദം. മൂന്നും നാലും മാനങ്ങളുടെ അതിരുകളിലാണ് അവയുടെ വാസം. ദൃഢനിശ്ചയത്തിന്റെ വാക്കുകൾക്ക് അവയെ കൂട്ടിയോജിപ്പിക്കാനുള്ള ഗാഢശക്തിയുണ്ട്. അങ്ങനെ ത്രിമാന ലോകത്തിലെ കാര്യങ്ങൾ പൂർത്തികരിക്കാൻ കഴിയുന്നു.

1999 സ്പതംബറിൽ മാസ്റ്ററുടെ 'വാക്കുകളുടെ ശക്തി' അനുഭവിച്ചറിയാൻ അവസരമുണ്ടായി. അന്ന് ജപ്പാനിലെ ഏറ്റവും വലിയ ബിവ തടാകക്കരിയിൽ 350 ആളുകൾ ഒത്തുകൂടി. തടാകം വൃത്തിയാക്കാൻ ഞാനാണ് അവരെ വിളിച്ചു കൂട്ടിയത്. ബിവാ തടാകത്തിലെ വെള്ളം ശുദ്ധമായാൽ ജപ്പാനിലെ മുഴുവൻ ജലാശയങ്ങളിലെയും വെള്ളം

ശുദ്ധമാകുമെന്ന് ഒരു പഴഞ്ചൊല്ലുണ്ട്. പുതിയ നൂറ്റാണ്ടിലേയ്ക്കു പ്രവേശിക്കുമ്പോൾ ലോകശാന്തിക്കുവേണ്ടി പ്രാർത്ഥിക്കുക എന്ന ഉദ്ദേശ്യവും ആ ഒത്തുചേരലിനുണ്ടായിരുന്നു.

അന്നു 97 വയസ്സായിരുന്ന മാസ്റ്റർ ഷിയോയയുടെ നേതൃത്വത്തിൽ ഒരു വലിയ ജനക്കൂട്ടം ശബ്ദങ്ങളും ഹൃദയങ്ങളും ഒന്നാക്കി ഒരു ദൃഢ പ്രതിജ്ഞയിൽ മുഴുകി. ഞങ്ങളുടെ മന്ത്രോച്ചാരണം തടാകം മുഴുവൻ പ്രതിധ്വനിച്ചു. ഒരു വല്ലാത്ത അനുഭൂതി ഞങ്ങളുടെ നട്ടെല്ലിലൂടെ ഇരച്ചു കയറി.

ഈ സംഭവം നടന്ന് കൃത്യം ഒരുമാസം കഴിഞ്ഞ് ബിവാ തടാകത്തിൽ ഒരദ്ഭുതം നടന്നു. എല്ലാ വർഷവും തടാകത്തെ ചീച്ചളിയിക്കാറുള്ള കടൽക്കള ആ വർഷം ഉണ്ടായില്ലെന്ന് പത്രങ്ങളിൽ വാർത്ത വന്നു.

വാക്കുകളുടെ ആത്മീയ ശക്തിയെക്കുറിച്ച് ജ്ഞാനമില്ലാത്ത ഒരാൾക്ക് അദ്ഭുതം തന്നെയാണിത്. പക്ഷേ, ലോകത്തെ നിമിഷം കൊണ്ടു മാറ്റാൻ വാക്കുകൾക്കാവുമെന്നു നമുക്കറിയാം. ലോക ശാന്തിക്കുള്ള ഉറച്ച പ്രാർത്ഥനയുടെ നിമിഷങ്ങൾക്കകത്തെ ഫലമാണ് തടാകജലത്തെ ശുദ്ധീകരിച്ചത് എന്നതിന് സംശയം വേണ്ട. മറ്റൊരു പ്രധാനവസ്തുത 350 ആളുകൾ ഒറ്റമനസ്സായി മന്ത്രോച്ചാരണം നടത്തി എന്നതാണ്. അനേകരുടെ സംഘടിതേച്ഛ ശക്തിസ്രോതസ്സായി പ്രപഞ്ചത്തെ മാറ്റി.

ഐൻസ്റ്റീന്റെ ആപേക്ഷികസിദ്ധാന്തം ഈ തത്ത്വം വിവരിക്കാൻ ഞാനുപയോഗിക്കാറുണ്ട്. ഇ= എം സി ^{2} എന്ന സൂത്രവാക്യത്തിന് മറ്റൊരു പ്രധാന അർത്ഥം കൂടിയുണ്ട്. പ്രകാശവേഗം ഇരട്ടിച്ചതിന്റെ ഘനമടങ്ങാണ് ഊർജ്ജം. പ്രകാശവേഗത്തിനു പകരം പ്രജ്ഞയെ എടുക്കുക. മാസ് സംഘചേതന കൂടിയാണ്. അനേകമാളുകൾ ബോധപൂർവം ശ്രദ്ധ കേന്ദ്രീകരിക്കുക എന്നു സിദ്ധാന്തത്തെ വ്യാഖ്യാനിക്കാം. വിയറ്റ്നാമിൽ ജനിച്ച ഹൊവാങ് വാൻ ഡൂക് എന്ന മാനസിക പ്രതിരോധ വിദഗ്ധനാണ് ഈ വ്യാഖ്യാനം എന്നെ പഠിപ്പിച്ചത്. പത്തു വർഷം മുമ്പ് ഒരു സെമിനാറിൽ പങ്കെടുക്കാൻ ജപ്പാനിലേയ്ക്ക് അദ്ദേഹത്തെ ക്ഷണിച്ചിരുന്നു. അനൗദ്യോഗിക സംഭാഷണത്തിനിടയ്ക്ക് ആപേക്ഷിക സിദ്ധാന്തത്തിലെ 'സി' പ്രകാശവേഗത്തെയല്ല ബോധത്തെയാണ് ഉദ്ദേശിക്കുന്നതെന്ന് അദ്ദേഹം സൂചിപ്പിച്ചു. ഈ കാഴ്ചപ്പാട് ആഴത്തിലുള്ള സ്വാധീനമുണ്ടാക്കി. കമ്പനത്തെക്കുറിച്ചും ശരിയായ ജീവിതരീതിയെക്കുറിച്ചും ചിന്തിക്കുന്നതിനിടയ്ക്ക് പെട്ടെന്ന് ഈ വാക്കുകൾ മനസ്സിൽ മിന്നി.

ഐൻസ്റ്റീന്റെ സിദ്ധാന്തം വന്നിട്ട് ഏകദേശം ഒരു നൂറ്റാണ്ടു കഴിഞ്ഞു. ഐൻസ്റ്റീൻ ഈ സാധ്യത ചിന്തിച്ചിട്ടുണ്ടോ എന്ന് ഇപ്പോൾ

പറയാൻ പറ്റില്ല. പ്രപഞ്ചത്തിലെ എല്ലാം ആപേക്ഷികമാണെന്നറിയുമ്പോൾ ഒരു പുതിയ കണ്ണിലൂടെ ആ സിദ്ധാന്തത്തെ കാണുന്നതിൽ തെറ്റുണ്ടെന്നു പറയാനൊക്കില്ല. ഒരാൾ തന്റെ കഴിവിന്റെ 30 ശതമാനമാണ് ഉപയോഗിക്കുന്നതെന്നു പറയപ്പെടുന്നു. വെറും ഒരുശതമാനം കൂടിയാൽ ത്തന്നെ ചതുരശ്ര അളവ് ഊർജ്ജത്തിന്റെ ഇരട്ടിപ്പിനെയാണ് വ്യക്തമാക്കുന്നത്. ലോകത്തിലെ സകല ജനങ്ങളും ബോധത്തെ ഒരേ സമയമുയർത്തിയാൽ അനിതരസാധാരണ ശക്തിയിലാണ് ഊർജ്ജം വ്യത്യാസപ്പെടുക.

എല്ലാവർക്കുമായി നമ്മുടെ ജീവിതം സ്നേഹവും കൃതജ്ഞതയും കൊണ്ടു നിറച്ചാൽ ബോധം ഒരദ്ഭുതശക്തിയായി ലോകം മുഴുവൻ പ്രസരിക്കും. 'ഇതാണ്' ജലപരലുകൾ നിങ്ങളോടു പറയാൻ ശ്രമിക്കുന്നത്.

ആത്മാർത്ഥത നിറഞ്ഞ പ്രാർത്ഥനയും ചിന്തകളും ഒരു തടാകത്തിലെ വെള്ളം എങ്ങനെ പരിശുദ്ധമാക്കിയെന്നു ഞാൻ വിവരിച്ചു. പരൽച്ചിത്രങ്ങൾ കാണുന്നവർ ചിന്തയ്ക്കു ജലത്തെ മാറ്റാൻ കഴിവുണ്ട് എന്ന അറിവിൽ വിസ്മയിക്കപ്പെടേണ്ടതില്ല. എന്റെ സിദ്ധാന്തങ്ങൾക്ക് ശാസ്ത്രീയാടിത്തറ കെട്ടിപ്പടുക്കണമെന്ന് അനേകവർഷം മുമ്പ് ഞാനാശിച്ചിരുന്നു. എങ്ങനെയെന്ന് അന്ന് എനിക്ക് ഊഹമുണ്ടായിരുന്നില്ല. ഒരു ദിവസം പത്രം തുറന്നപ്പോൾ ചെറിയൊരു സൂചന കിട്ടി. എന്റെ കണ്ണിലുടക്കിയ തലവാചകം അൾട്രാ ശബ്ദമുപയോഗിച്ച് ജലത്തിലെ ഡയോക്സിന്റെ ധാതുവിഘടനം നടത്തുന്നതിനെക്കുറിച്ചായിരുന്നു. 1100 കി.ഹെഡ്സ് അൾട്രാ ശബ്ദത്തിലേയ്ക്ക് വെള്ളത്തെ തുറന്നുവച്ച് ചെറുകുമിളകളാക്കി ഡയോക്സിനെയും മറ്റു വിഷവാതകങ്ങളെയും എരിയിക്കാവുന്ന പുതിയ സാങ്കേതികവിദ്യയെക്കുറിച്ചായിരുന്നു ലേഖനം.

ഇതു വായിച്ചപ്പോൾ വിസ്മയം അടക്കാനായില്ല. വാക്കുകളുടെ ഊർജ്ജത്തെ വിശകലനം ചെയ്യാൻ ഒരു മാർഗം ഒടുവിൽ കണ്ടെത്തി എന്നു ഞാനറിഞ്ഞു. 350 വ്യക്തികൾ തടാകക്കരയിൽ ഒത്തു കൂടി ലോകശാന്തിക്കു വേണ്ടി പ്രാർഥിക്കുകയും മന്ത്രോച്ചാരണം നടത്തുകയും ചെയ്തപ്പോൾ 2000കി.ഹെഡ്സ് അൾട്രാശബ്ദം നിർമിച്ചിട്ടുണ്ടാകും. മനുഷ്യശ്രോത്രത്തിനു സഹിക്കാനാവുന്ന പരിധിക്കപ്പുറത്തെ ശബ്ദമാണ് അൾട്രാ ശബ്ദം. തടാകക്കരയിൽ കൂടിയവർ അവരുടെ ശബ്ദം കൊണ്ട് അൾട്രാ ശബ്ദം പുറപ്പെടുവിച്ചിട്ടില്ല. എന്നാൽ ഒരേ ശബ്ദത്തിന്റെ വ്യത്യസ്ത സ്വരാഷ്ട്രകങ്ങളിലെ ഈണത്തിന്റെ അനുരണനതത്ത്വം അവലംബമാക്കിയാൽ അൾട്രാശബ്ദമുണ്ടാക്കാൻ പരിത:സ്ഥിതികൾ പാകമാണ്.

വാക്കിന്റെ ആത്മീയശക്തി തികച്ചും വിസ്മയകരമാണ്. ജലകമ്പന സാങ്കേതികത അൾട്രാശബ്ദ സാങ്കേതികത്വവുമായി സമന്വയിപ്പിച്ച് വെള്ളത്തെ ശുദ്ധീകരിക്കാൻ ശ്രമിച്ചാൽ അതിന്റെ ഫലം അതിമഹത്തായിരിക്കും.

വ്യാവസായിക രാസവസ്തുക്കൾ മലിനീകരിച്ച വെള്ളം അൾട്രാശബ്ദമുപയോഗിച്ച് ശുദ്ധീകരിച്ചാൽ രണ്ടാംഘട്ട ശുദ്ധീകരണം കമ്പനമുപയോഗിച്ചു നടത്താം. മലിനജലം 1100 കി.ഹെ.അൾട്രാശബ്ദത്തിനു നേരെ തുറന്നുവച്ചാൽ വായുകുമിളകൾ പൊട്ടിത്തെറിച്ച് രാസവസ്തുക്കൾക്ക് വിഘടനം സംഭവിക്കുന്നു. വിഷവാതകങ്ങൾ വിഘടിച്ചാലും അംശങ്ങൾ അവശേഷിക്കും. ഈ വിഷവാതകങ്ങളിൽ നിന്നു മുക്തമാക്കാൻ അവയുടെ വിരുദ്ധ കമ്പനാവൃത്തിയുടെ വിവരങ്ങളിലേയ്ക്ക് വെള്ളത്തെ തുറന്നു വയ്ക്കണം.

ഈ രണ്ടു മാർഗങ്ങൾ മാത്രം പോര. എന്നാൽ അവ തമ്മിൽ യോജിപ്പിച്ചാൽ വെള്ളത്തെ എല്ലാ മാരകമലിന വസ്തുക്കളിൽ നിന്നും മോചിപ്പിക്കാം. നമ്മുടെ ശരീരത്തിനകത്തെ മാരകവസ്തുക്കളിൽ നിന്നു മോചനം നേടാനും ഈ മാർഗ്ഗം പ്രയോജനപ്പെടുത്താം.

ഭാവിയിൽ ജലപരലുകളിൽ എന്തുപരീക്ഷണം സാധ്യമാവും എന്ന ചോദ്യത്തിന് ഉത്തരം കിട്ടണമെങ്കിൽ ഈ ഗവേഷണത്തിന് എത്ര ശാസ്ത്രസമ്മതി ലഭിക്കുമെന്നറിയണം. വിദേശപ്രഭാഷണങ്ങൾക്കിടയിൽ അനേകം ചോദ്യങ്ങൾ എനിക്കു നേരെ ബോംബു പോലെ വർഷിച്ചിട്ടുണ്ട്.

സംഗീതം അനലോഗും ഡിജിറ്റലുമാകുമ്പോൾ പരൽരൂപീകരണം എങ്ങനെ വ്യത്യാസപ്പെടും? തത്സമയ സംഗീതം എങ്ങനെ ബാധിക്കും? ഇതിനൊക്കെ ഉത്തരം കണ്ടെത്തണമെങ്കിൽ വിവിധ പരിത:സ്ഥിതികളിൽ കൂടുതൽ പരീക്ഷണങ്ങൾ നടത്തേണ്ടിവരും.

പരിശോധനയുടെ ആവർത്തനത്തിനും പ്രാധാന്യമുണ്ട്. നിരീക്ഷകന്റെ പ്രജ്ഞയുമായി പരൽരൂപീകരണത്തിനു ബന്ധമുള്ളതായി പലപ്പോഴും തോന്നിയിട്ടുണ്ട്. പെട്രി പാത്രങ്ങളിൽ ജലമാതൃകകൾ (50 ആണ് പതിവ്) നിറയ്ക്കുന്നവരുടെ കൈകാര്യം ചെയ്യുന്ന രീതികളുടെ മാനസികാവസ്ഥയും പരലുകളെ മിക്കപ്പോഴും വ്യത്യാസപ്പെടുത്താറുണ്ട്. മാത്രമല്ല, 50 മാതൃകകളുടെ സാഹചര്യങ്ങൾ നിമിഷംപ്രതി മാറി ക്കൊണ്ടിരിക്കുന്നതുമാണ്.

ശാസ്ത്രീയമായി എല്ലാ അവസ്ഥകളും തുല്യമാകുന്ന ബിന്ദുവിലേയ്ക്ക് ഈ ഘടകങ്ങളെയെല്ലാം നിയന്ത്രിക്കുക എന്നത് പ്രായോഗിക ബുദ്ധിമുട്ടുള്ള കാര്യമാവാം. പക്ഷേ, അത്തരം ഒരു രീതിയുടെ കഴിയു

ന്നത്ര സമീപമെത്താൻ ലഭ്യമായ ശാസ്ത്രീയ സമ്പ്രദായങ്ങൾ ഉപയോഗിക്കണം.

ഗവേഷകന്റെ ചിന്തയിലെ മാറ്റത്തിന്റെ സാധ്യതകൾ നീക്കം ചെയ്യാൻ വസ്തുക്കളുടെ രഹസ്യ സ്വഭാവം പ്രയോജനപ്പെടുത്തേണ്ടി വരും. 'നീ വിഡ്ഢി' എന്നതിനേക്കാൾ മനോഹരമായ പരൽ 'നിങ്ങൾക്കു നന്ദി' ഉണ്ടാക്കും എന്നു വെള്ളത്തെക്കുറിച്ചു പറഞ്ഞിട്ടുള്ളത് ഫലത്തെ സ്വാധീനിക്കാൻ പാടില്ല. ഉത്തരം ലഭിക്കുന്നതുവരെ ഏതു ജലം ഏതു പാത്രത്തിൽ എന്നു വെളിപ്പെടുത്തരുത്. മാതൃകകൾ അക്ഷരം കൊണ്ടു രേഖപ്പെടുത്തണം. ഗവേഷകന്റെ ചിന്തകളുടെ സ്വാധീനത്തെ കഴിയുന്നത്ര ഒഴിവാക്കാൻ ഇതു സഹായിക്കുമെന്നു കരുതുന്നു.

50 പാത്രങ്ങളിൽ ഓരോന്നിനും പരലുകളുടെ എണ്ണം, സുന്ദരമായവ, ഷഡ്കോണാകൃതിയിലുള്ളവ, അപൂർണമായവ എന്നൊക്കെ സൂചിപ്പിക്കുന്ന രേഖാചിത്രം വരച്ചുണ്ടാക്കുന്നു. ഓരോ മാതൃകയ്ക്കും ഗുണകങ്ങൾ നിർമ്മിച്ച് പരലുകൾക്ക് സംഖ്യാമൂല്യങ്ങൾ നൽകുന്നു. ഓരോ പരൽ മാതൃകയുടെയും സവിശേഷതകളെക്കുറിച്ച് വ്യക്തമായ ചിത്രം ഈ രീതി നൽകുന്നു. സുന്ദരം, ഷഡ്കോണം എന്നിങ്ങനെ മാതൃകകളെ വിഭാഗങ്ങളായി വിഭജിക്കാനും ഇതു സഹായിക്കുന്നു. ഓരോ പ്രത്യേക മാതൃകയിൽ നിന്നും ഏറ്റവും പ്രാതിനിധ്യസ്വഭാവമുള്ളതിന്റെ ചിത്രമെടുക്കാൻ ഓരോ പരൽ തിരഞ്ഞെടുക്കുന്നു.

ഗവേഷകന്റെ ചിന്തകളും ആരോഗ്യസ്ഥിതിയും അനുസരിച്ചും പരലുകൾ മാറാം. ഇതു കണക്കിലെടുത്ത് പരിചയസമ്പന്നരായ അനേകം ഗവേഷകർ മാതൃകകൾ നിരീക്ഷിക്കുന്നു. ഏറ്റവും ആർദ്രമായവയുടെ സന്ദേശങ്ങൾ കണ്ടുപിടിക്കാനാണ് ഇത്തരം രീതികൾ ഉപയോഗിക്കുന്നത്.

ഭൂകമ്പങ്ങളാണ് ജലപരലുകളിൽ ഗവേഷണം നടത്താൻ ഏറ്റവും സഹായകമായ ഒരു മേഖല. ഏതു പദാർത്ഥത്തെക്കാളും മുമ്പ് ഭൂകമ്പത്തെ തിരിച്ചറിയാൻ വെള്ളത്തിനു കഴിയുമെന്ന് വിശ്വസിക്കപ്പെടുന്നു.

ഭൂപടലത്തിലെ മാറ്റങ്ങൾ അളക്കാൻ ഭൂതലജലമാതൃകകകളിൽ നിന്ന് നിത്യവും പരലുകൾ നിർമ്മിച്ച് നിരീക്ഷണം നടത്തുന്ന ഒരു കാലം ഞാൻ ഭാവന ചെയ്യുന്നു. ഒരു ഭൂകമ്പത്തിനു മുമ്പും പിമ്പും എടുക്കുന്ന പരലുകൾ നമുക്കു താരതമ്യം ചെയ്യാം. ഭൂകമ്പത്തിലേയ്ക്കു നയിക്കുന്ന വസ്തുതകൾ പരലുകളിൽനിന്നു വായിച്ചെടുക്കാം. ഭാവി ഭൂകമ്പങ്ങളെ പ്രവചിക്കാനുമാകും.

1923 ലെ ഭയാനകമായ ഭൂകമ്പത്തിൽ മാതാമഹനും മാതാമഹിയും

അമ്മായിയും നഷ്ടപ്പെട്ട ഒരാൾ എന്ന നിലയ്ക്കും 1995 ലെ കോബ ഭൂകമ്പത്തിന്റെ നാശവും യാതനയും കണക്കിലെടുത്തും പരലുകളെ ഭൂകമ്പ പ്രവചനത്തിനുപയോഗിക്കുന്നത് മനുഷ്യരാശിക്ക് എത്ര വലിയ സംഭാവനയായിരിക്കുമെന്ന് ഞാൻ വ്യക്തിപരമായി നിർദ്ദേശിക്കുന്നു.

കൊടുങ്കാറ്റ്, വെള്ളപ്പൊക്കം, പകർച്ചവ്യാധി തുടങ്ങിയ ദുരന്തങ്ങൾ പ്രവചിക്കാൻ മാത്രമല്ല, ശത്രുരാജ്യത്തിന്റെ ആക്രമണത്തെ പ്രതിരോധിക്കാനും ജലപരലുകളുടെ സാങ്കേതികത്വം ഉപയോഗിക്കുന്ന കാലം വിദൂരമല്ല.

ശാസ്ത്രിയോപകരണങ്ങളോ അറിവോ ഇല്ലാതെത്തന്നെ എല്ലാവർക്കും പരൽച്ചിത്രങ്ങളെടുക്കാവുന്ന ഒരു സംവിധാനം നിർമ്മിക്കാനാണ് ഞാൻ ശ്രമിക്കുന്നത്. പുതിയ ഉപകരണങ്ങൾകൊണ്ട് വൈകാതെ അതിനു സാധിക്കും. സാധാരണ താപവാഹകോപകരണങ്ങളെക്കാൾ ഇരുപതുമടങ്ങ് ശക്തിയുള്ളവ ഉപയോഗിച്ച് മുറിയുടെ ഊഷ്മാവിൽത്തന്നെ ജലം ഘനീഭവിപ്പിക്കാൻ കഴിഞ്ഞാൽ 5 സെ. (23^m.^o) ൽ തണുപ്പിച്ച മുറി ചിത്രങ്ങളെടുക്കാൻ ഉപയോഗിക്കേണ്ടിവരില്ല. ആർക്കും എവിടെവെച്ചും പരലുകളെടുക്കാൻ സാധിക്കുന്ന ഒരുപകരണം വികസിപ്പിച്ചെടുക്കാനാണ് ഗവേഷകർ പരിശ്രമിച്ചുകൊണ്ടിരിക്കുന്നത്.

ഭാവിയിൽ മനുഷ്യരാശി മുഴുവൻ ജലപരൽ സാങ്കേതികവിദ്യ പങ്കുവയ്ക്കുമെന്ന് ഞാൻ പ്രത്യാശിക്കുന്നു. എന്തായാലും ഇരുതലമൂർച്ചയുള്ള വാളാണിത്. നല്ല ലക്ഷ്യത്തോടുകൂടി ഉപയോഗിച്ചാൽ മനുഷ്യരാശിക്കു നന്മയും സമൃദ്ധിയും കൊയ്തെടുക്കാം. സ്വാർഥത മഹാനാശത്തിനായിരിക്കും വഴിവയ്ക്കുക.

ശരീരം മിക്കവാറും ജലമായതിനാൽ അതില്ലാതെ തുടരാനാവില്ല. സംസ്കാരങ്ങൾ തുടച്ചു നീക്കാനും ദുരന്തങ്ങൾ വിതയ്ക്കാനും വെള്ളത്തിനാവും എന്ന കാര്യവും മറന്നുകൂട. ഇതെല്ലാം നിശ്ചയിക്കുന്നത് നമ്മുടെ ആത്മാവിൽ എന്തുണ്ട് എന്നതാണ്. ഭൂമിയെ ആനന്ദത്തിലേയ്ക്കു നയിക്കാനും യാതനയിലേയ്ക്കു തള്ളാനും മനുഷ്യാത്മാവിനു കഴിയും. ഈ യാഥാർഥ്യമാണ് പരലുകൾ വ്യക്തമായി പ്രതിഫലിപ്പിക്കുന്നത്. അപ്പോൾ ജീവിതത്തിൽ ഏതു പാത തിരഞ്ഞ് നാം മുന്നോട്ടു പോകും? സ്നേഹത്തിന്റെയും കൃതജ്ഞതയുടെയും പ്രാധാന്യം നിരന്തരം ഞാൻ ഊന്നിയിട്ടുണ്ട്. സ്നേഹം തുളുമ്പുന്ന ഹൃദയത്തിന്റെ സ്രഷ്ടാവ് കൃതജ്ഞതയാണ്. സ്നേഹം കൃതജ്ഞതാഭാവത്തെ നേർവഴിക്കു നയിക്കുന്നു. പരലുകളെപ്പോലെ ലോകത്തിൽ കൃതജ്ഞതയും സ്നേഹവും പടർത്താം.

നമുക്കൊക്കെ ഒരു നിയോഗമുണ്ട്. ജലം ശുദ്ധീകരിച്ച് ആരോഗ്യം നിറഞ്ഞ ഒരു ലോകം നിർമ്മിക്കൽ. ഈ ലക്ഷ്യം സാക്ഷാത്കരിക്കാൻ ആദ്യം ഹൃദയം ശുദ്ധവും കളങ്കരഹിതവുമാക്കുക.

നൂറ്റാണ്ടുകളോളം കൊള്ളചെയ്ത് മനുഷ്യൻ ഭൂമിയെ ചാരിത്ര്യ ഹീനയാക്കി. അതിന്റെ ചരിത്രം മുഴുവൻ വെള്ളത്തിന്റെ പക്കലുണ്ട്. വെള്ളം അതു പുറത്തുവിടാൻ തുടങ്ങിയിരിക്കുന്നു. ജലപരലുകളിലൂടെ വെള്ളം പറഞ്ഞുകൊണ്ടിരിക്കുന്നത് നാമറിയേണ്ടതു തന്നെയാണ്. ഇന്നു മുതൽ പുതിയൊരു ചരിത്രം നമുക്കു വാർത്തെടുക്കാം. നമ്മുടെ മാർഗ്ഗം സസൂക്ഷ്മം ജലം വീക്ഷിക്കുന്നുണ്ട്. ഈയൊരു നിമിഷത്തിലെ ദിശ പോലും. ഒരു കണ്ണ് എല്ലാവരിലുമുണ്ട്. എനിക്കൊന്നേ പറയാനുള്ളൂ. വെള്ളത്തിനു പറയാനുള്ളത് ശ്രദ്ധിച്ചു കേൾക്കുക. നിങ്ങൾക്കും എല്ലാം മനുഷ്യർക്കും വേണ്ടി.

നീരിറ്റ്

വെള്ളത്തിന്റെയും ഈ പ്രപഞ്ചത്തിന്റെ തന്നെയും വിസ്മയകരമായ ആവിഷ്ക്കരണം ഇനിയും നമുക്കു തുടരാം. അന്യലോകത്തുനിന്ന് നിരന്തരം വെള്ളം ഭൂമിയിലേയ്ക്കു പ്രവഹിച്ചുകൊണ്ടിരിക്കുന്നു എന്ന് ആദ്യമായി കേട്ടപ്പോൾ അദ്ഭുതം കൊണ്ട് ഞാൻ നിറഞ്ഞുപോയി. ഇത്രയധികം വെള്ളം ഭൂമിയെ വെള്ളപ്പൊക്കത്തിലാഴ്ത്തുമെന്ന് ഞാൻ ചിന്തിച്ചു.

പ്രാചീനകാലം തൊട്ട് വെള്ളം മനുഷ്യവർഗത്തിന്റെ നാശത്തിനു കാരണമായിരുന്നിട്ടുണ്ട്. എല്ലാ നാഗരികതകൾക്കും ഒരു വലിയ വെള്ളപ്പൊക്കത്തിന്റെ കഥ പറയാനുണ്ട്. ഭൂമി ഒരിക്കൽ വെള്ളത്തിൽ മുങ്ങിക്കിടക്കുകയായിരുന്നു എന്നതിന് ശാസ്ത്രീയമായ തെളിവുപോലുമുണ്ട്. നോഹയുടെയും പ്രളയത്തിന്റെയും കഥ നമുക്കു തള്ളിക്കളയാനാവില്ല. അറ്റ്ലാന്റിസ് നാഗരികതയുടെ കഥകളും മ്യൂ ഭൂഖണ്ഡത്തിന്റെ കഥയും നമുക്കു മറക്കാനാവില്ല.

ചരിത്രം ആവർത്തിക്കുന്നു എന്ന ചൊല്ല് പരമാർത്ഥം മാത്രമാണ്. അതുകൊണ്ടുതന്നെ ഒരു പ്രളയത്തിന്റെ ആപത്ത് നമുക്കു മുകളിൽ തൂങ്ങിനിൽപ്പുണ്ട്. ആയിരമോ പതിനായിരമോ വർഷം കഴിഞ്ഞാവാം അതുസംഭവിക്കുന്നത്. ഏതു മുൻകരുതലും ഒട്ടും നേരത്തെയാവില്ല. വെള്ളപ്പൊക്കത്തിന്റെ കഥകൾ ലോകത്തിന്റെ നാനാഭാഗത്തുനിന്നും ഇടയ്ക്കിടയ്ക്ക് കേൾക്കുന്നുണ്ടല്ലോ.

ഈ സാധ്യത അസ്വസ്ഥതപ്പെടുത്തിയിരുന്ന ഒരവസരത്തിൽ തികച്ചും ഭിന്നമായൊരു ചിന്ത എന്നിലുളവായി. പ്രപഞ്ചത്തിൽ കാണുന്നതൊക്കെ സമാന്തരങ്ങളാണ്. സ്ഥൂലലോകത്തിന്റെ സൂക്ഷ്മാവർത്തനം. പ്രപഞ്ചം ഒരു മഹാമണ്ഡലമാണ്. പ്രപഞ്ചത്തിൽ സംഭവിക്കുന്നതൊക്കെ നമ്മുടെ ഉള്ളിലും നടക്കുന്നുണ്ട് എന്ന നിഗമനത്തിലേയ്ക്കാണ് ഇതു നയിക്കുന്നത്.

ജലപ്രവാഹം മനുഷ്യശരീരം പോലെത്തന്നെ പ്രപഞ്ചത്തിനും

ഒഴിച്ചുകൂടാനാവാത്തതാണ്. ഭൂമിയിലേയ്ക്ക്, ഒരേ ദിശയിലേയ്ക്ക് പ്രവഹിക്കുന്നതായാൽ വെള്ളത്തിന്റെ മഹാപ്രവാഹം ആത്യന്തികമായി സ്തംഭിക്കും.

ഒരിക്കലും അവസാനിക്കാത്ത പ്രയാണത്തിലൂടെ ഭൂമിയിലെത്തുന്ന വെള്ളം പ്രപഞ്ചത്തിന്റെ വിദൂരാതിരുകളിലേയ്ക്കു പ്രവഹിക്കുന്നു. ഈ ഗ്രഹത്തിലുള്ള ജലം ഒരു ദിവസം പുറംപാദത്തിലൂടെ പ്രപഞ്ചത്തിനകത്തേയ്ക്ക് അതിന്റെ മടക്കയാത്രയ്ക്കു തുടക്കം കുറിച്ചേക്കാം.

ഭൂമിയിലേയ്ക്കു നിരന്തരം വെള്ളം എത്തിച്ചേരുന്നു എന്ന യാഥാർത്ഥ്യത്തിന്റെ പൊരുളെന്താണ്? ഒരുപക്ഷേ, ഭൂമി മാത്രമായിരിക്കില്ല ഈ അനർഗള പ്രവാഹത്തിന്റെ ഉദ്ദിഷ്ടസ്ഥാനം. മറ്റു വിശ്രമത്താവളങ്ങൾ ഉണ്ടാവാമെങ്കിൽക്കൂടി നാമറിയുന്ന ഗ്രഹങ്ങളിലൊന്നിലും വെള്ളം നിക്ഷേപിക്കാൻ പറ്റിയ പരിത:സ്ഥിതികളില്ല. സൗരയൂഥത്തെ നമ്മുടെ ശരീരത്തോടു സാദൃശ്യപ്പെടുത്തിയാൽ കരളിന്റെ സ്ഥാനമാണ് ഭൂമിയുടേത്.

കരൾ ഓരോ ദിവസവും 200 ലിറ്റർ വെള്ളം അരിച്ചുശുദ്ധമാക്കി ശരീരത്തിന്റെ മറ്റു ഭാഗങ്ങളിലെത്തിക്കുന്നു. ഭൂമിയും സൗരയൂഥത്തിലൂടെ പ്രവഹിക്കുന്ന വെള്ളത്തെ ശുദ്ധീകരിച്ച് പ്രപഞ്ചത്തിനു തന്നെ തിരിച്ചേല്പിക്കുന്നതിൽ സുപ്രധാനപങ്കാണ് വഹിക്കുന്നത്.

അപ്പോൾപ്പിന്നെ ആർക്കാണ് ഭൂമിയിലെ വെള്ളം ശുദ്ധീകരിക്കാനുള്ള ഉത്തരവാദിത്തം.? അതു നമ്മുടെ, മനുഷ്യന്റെ മാത്രമാകുന്നു. നമ്മൾ ജലമായതുകൊണ്ടുതന്നെയാണിത്. ഇവിടെ ജനിച്ച് ഇവിടത്തെ ജലം മലിനമാകാതെ നോക്കൽ നമ്മുടെ ഉത്തരവാദിത്തമാണ്.

പ്രപഞ്ചത്തിലൂടെ ജലം നടത്തുന്ന മഹാപ്രയാണത്തെക്കുറിച്ചു ചിന്തിക്കുമ്പോൾ അതിൽത്തന്നെയാണ് മനുഷ്യരാശിയുടെ ജനനവും ഭാവിയും ഞാൻ കാണുന്നത്. നാം തന്നെ ജലമാണെന്നതുപരിഗണിച്ചാൽ ഈ രഹസ്യങ്ങൾക്കെല്ലാം ഉത്തരമാകും. നമ്മുടെ ശരീരത്തിലെ 70ശതമാനം വെള്ളം അതിന്റെ ജ്ഞാനം പകർന്ന് നമ്മുടെ വ്യക്തിത്വത്തെത്തന്നെ രൂപപ്പെടുത്തുന്നു.

വാഹനാപകടങ്ങളിലും മറ്റും പെട്ടവർ മറ്റുള്ളവരിൽനിന്നു രക്തം സ്വീകരിക്കുമ്പോൾ അവർ ഒരിക്കലും കണ്ടിട്ടില്ലാത്ത മായക്കാഴ്ചകൾ കാണാറുണ്ടത്രെ. അവരുടേതല്ലാത്ത ഭൂതകാലത്തിന്റെ സ്മൃതികളും ഉണരാറുണ്ടത്രെ. രക്തസംക്രമണം ചിലപ്പോൾ വ്യക്തിത്വത്തെപ്പോലും മാറ്റിമറിക്കുന്നു.

ജലം രേഖപ്പെടുത്തുന്ന സ്മൃതികളുമായാണ് ജീവിതത്തിലുടനീളം

നാം പരിചയപ്പെടുന്നത്. ശരീരത്തിൽ അവശേഷിക്കുന്നവയെയാവാം ആത്മാവ് എന്നു വിശേഷിപ്പിക്കുന്നത്.

ആത്മാവിനെക്കുറിച്ച് ഉത്തരം കിട്ടാത്ത പല ചോദ്യങ്ങളും ഇപ്പോഴുമുണ്ട്. പുനർജ്ജന്മം, മായാരൂപങ്ങളുടെ അസ്തിത്വം- അങ്ങനെ പലതും. ഒരു ദിവസം ജലം ഇതിനെല്ലാം ശാസ്ത്രീയമായ ഉത്തരം നൽകു മെന്ന് ഞാൻ വിശ്വസിക്കുന്നു. നമ്മുടെ ആത്മാവിന്റെ ഉറവിടം എവിടെ യാണ്? വിദൂരപ്രപഞ്ചത്തിൽനിന്ന് ജലം കൊണ്ടുവന്നതാകാം എന്നതിന്റെ സാധ്യതകൾ നാം കണ്ടു.

അടുത്ത ചോദ്യം ആത്മാവിനായി നാം എന്തു കരുതിവച്ചിരിക്കുന്നു എന്നതാണ്.

നാം ജലം തന്നെയായതുകൊണ്ട് ഈ ഗ്രഹത്തിലെ നമ്മുടെ ഓർമ കൾ ഒരു ദിവസം ശൂന്യാകാശത്തിൽ വിക്ഷേപിക്കപ്പെട്ടേക്കാം. അതിന് ആദ്യം ഭൂമിയിലെ പരിശുദ്ധ ജലമായി നാം മാറണം.

ഒരു പൂർണജീവിതം നയിച്ചുകൊണ്ടേ ഇതു യാഥാർത്ഥ്യമാക്കാൻ പറ്റൂ. പ്രജ്ഞയാണ് ജലത്തെ ശുദ്ധീകരിക്കുന്നത്. ഇതുവഴി ശക്തിയു ടെയും സൗന്ദര്യത്തിന്റെയും സന്ദേശങ്ങൾ എല്ലാ ജീവിതത്തിലേയ്ക്കും നാം അയയ്ക്കണം. ഏറ്റവും സുന്ദരമായ ജലപരലുകൾകൊണ്ട് ഈ ലോകത്തെ പൊതിയാൻ കഴിഞ്ഞാൽ എന്തു വിസ്മയമായിരിക്കും?

എങ്ങനെ നമുക്കതിനു സാധിക്കും? ഉത്തരം സ്നേഹവും കൃത ജ്ഞതയും എന്നാണ്. പരലുകളുടെ ലാവണ്യത്തിൽ ഒന്നു കൂടി സൂക്ഷി ച്ചുനോക്കാൻ ഞാനാവശ്യപ്പെടുന്നു. എല്ലാവരിലും കൃതജ്ഞതയും സ്നേ ഹവും നിറയുമ്പോൾ ഭൂമിയുടെ ആദിമസൗന്ദര്യം ഒന്നുകൂടി തിരിച്ചെത്തും.

ഹ്രസ്വജീവിതം ജീവിച്ചുതീർത്ത് അനന്തമായ പ്രപഞ്ചത്തിലേയ്ക്ക് നാം യാത്രതുടങ്ങുകയാണ്. ഈ പ്രക്രിയയെക്കുറിച്ച് എനിക്കൊരു രൂപവുമില്ല. നമുക്കതു പ്രപഞ്ചനിയമങ്ങൾക്കു വിട്ടുകൊടുക്കാം. ഈ പ്രയാണത്തിലേയ്ക്കു പ്രവേശിക്കുമ്പോൾ തീർച്ചയായും ഇന്നത്തെ ഭൗതികരൂപത്തിലായിരിക്കില്ല നാം. ജലകണങ്ങളുടെയോ ബാഷ്പപടല ത്തിന്റെയോ രൂപത്തിലാവാം.

പ്രപഞ്ചത്തിലേയ്ക്കുള്ള പ്രയാണത്തിന് ആത്മാവു തയ്യാറെടുക്കു മ്പോൾ എല്ലാവരോടുമായി ഉറക്കെ വിളിച്ചു കൂവാൻ ഞാൻ മോഹിക്കുന്നു. 'പ്രപഞ്ചദർശനത്തിന് നാം പുറപ്പെട്ടു കഴിഞ്ഞു. നമ്മുടെ നീക്കം ചൊവ്വയിലേയ്ക്കാവട്ടെ!'

●

ജലത്തിനു വാക്കുകൾ കാണിച്ചപ്പോൾ ഉണ്ടായ പരലുകൾ

വാക്കുകൾ എഴുതിയ കടലാസുതുണ്ടുകൾ വെള്ളം നിറച്ച കുപ്പികൾക്കു ചുറ്റും ഒട്ടിച്ചപ്പോൾ ഉണ്ടായ പരലുകളുടെ ചിത്രങ്ങൾ.

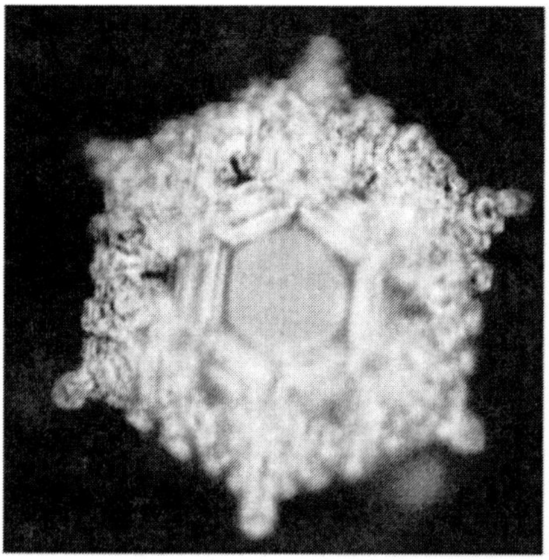

സ്നേഹം, കൃതജ്ഞത

സ്നേഹം, കൃതജ്ഞത എന്നീ വാക്കുകൾ എഴുതിയ കടലാസുതുണ്ടുകൾ ഒട്ടിച്ച കുപ്പിയിൽനിന്നും ഉണ്ടായ പരലുകൾ അതിമനോഹരമായിരുന്നു. ഈ പരൽചിത്രങ്ങൾ ജീവിതത്തിന്റെ പ്രകൃതിദത്തമായ മൂല്യഗുണങ്ങളാണ് സ്നേഹവും കൃതജ്ഞതയും എന്ന് വ്യക്തമാക്കിത്തന്നു.

നന്ദി (ജാപാനീസ്)

നന്ദി എന്ന പദം ഏതു ഭാഷയിലെഴുതിയാലും അതിന്റെ അർത്ഥവും ഗുണവും ഒന്നാണെന്ന് വിവിധ വാക്കുകളിൽ എഴുതി ഒട്ടിച്ച കുപ്പികളിലുണ്ടായ പരലുകൾ വ്യക്തമാക്കിത്തന്നു.

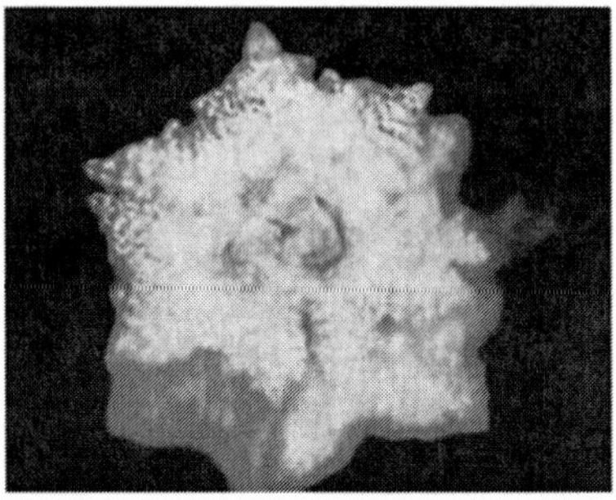

നന്ദി (ഇംഗ്ലീഷ്)

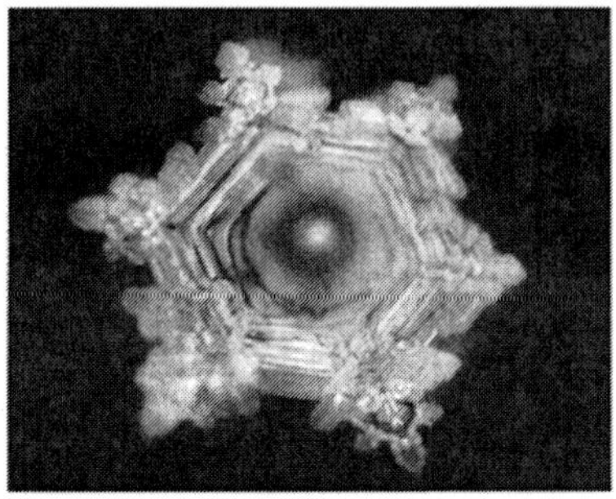

നന്ദി (ചൈനീസ്)

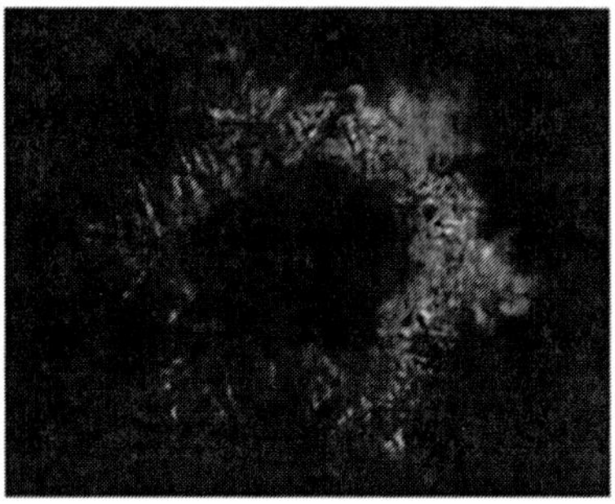

നന്ദി (ജർമ്മൻ)

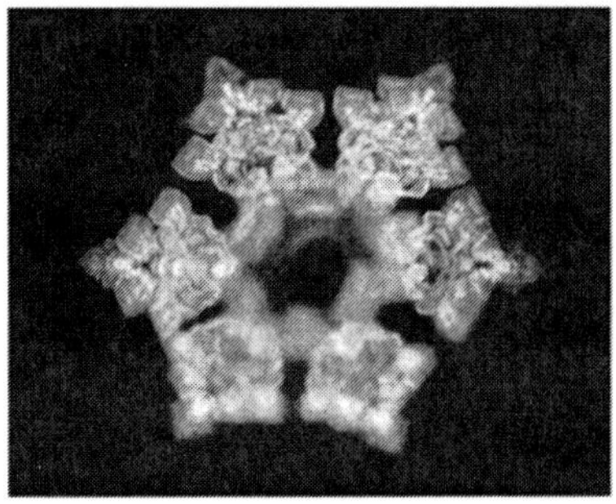

നന്ദി (ഫ്രഞ്ച്)

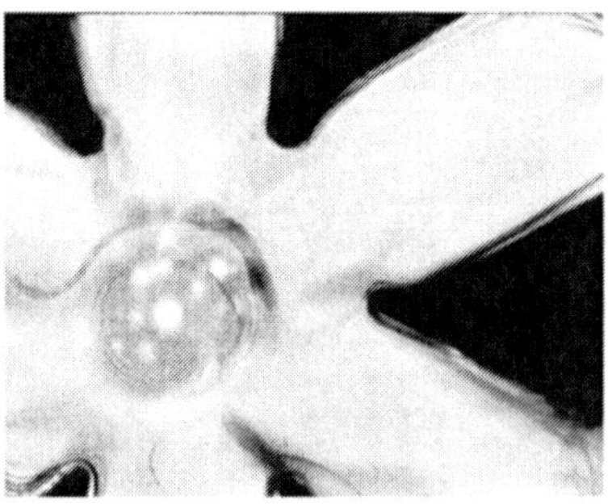

നന്ദി (കൊറിയൻ)

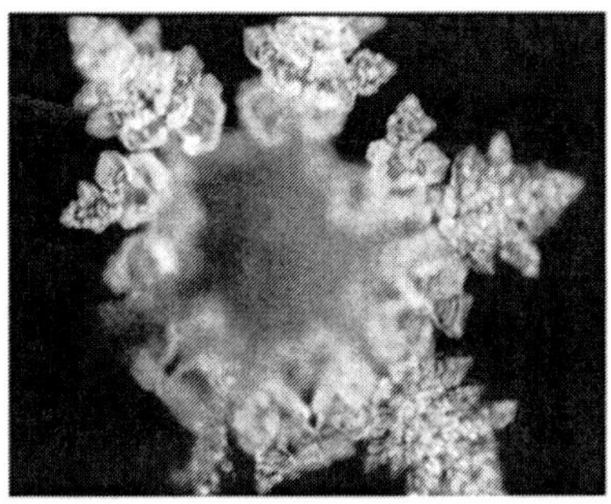

നന്ദി (ഇറ്റാലിയൻ)

നീ എന്നെ ബുദ്ധിമുട്ടിക്കുന്നു. നിന്നെ ഞാൻ കൊല്ലും

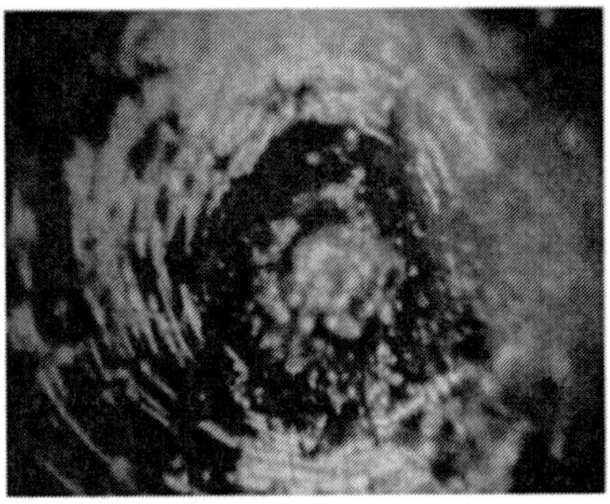

നീ വിഡ്ഢി (ജപ്പാനീസ്)

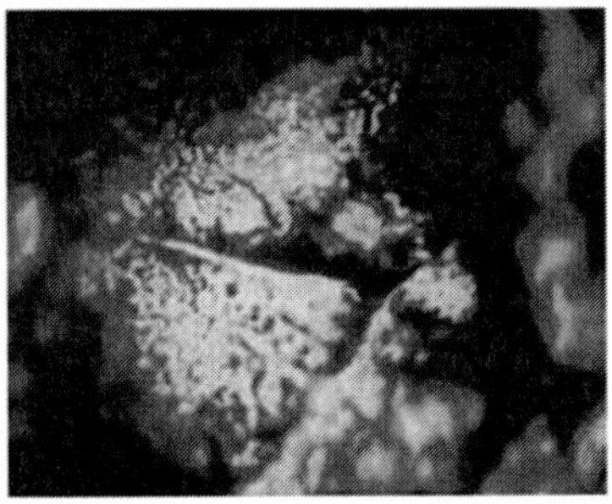

നീ വിഡ്ഢി (ഇംഗ്ലീഷ്)

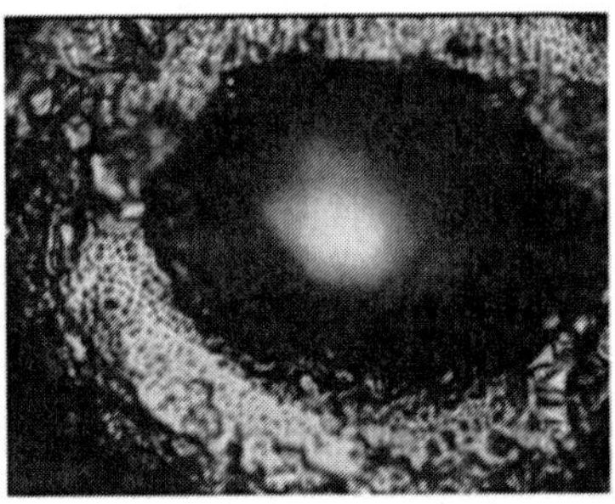

ചെകുത്താൻ (ജാപാനീസ്)

മാലാഖ (ജാപാനീസ്)

മനുഷ്യനെ അപായപ്പെടുത്തുന്നതും ദ്രോഹിക്കുന്നതുമായ വാക്കുകളിൽ പരലുകൾ ഉണ്ടായില്ല. നിന്നെ ഞാൻ കൊല്ലും എന്ന വെള്ളത്തിലുണ്ടായ പരലാവട്ടെ, തോക്കുപോലെ രൂപപ്പെടുകയും ചെയ്തു. മാലാഖ എന്ന വാക്ക് ഒട്ടിച്ച് നിർമ്മിക്കപ്പെട്ട പരലുകൾ ഒരു മാല പോലെ രൂപപ്പെട്ടു. ചെകുത്താൻ എന്നെഴുതിയതാവട്ടെ അക്രമിക്കാൻ ഒരുമ്പെടുന്ന രൂപത്തിലും.

ജ്ഞാനം (ജർമൻ)

നമുക്ക് ഒന്നായി ചെയ്യാം (ജാപാനീസ്)

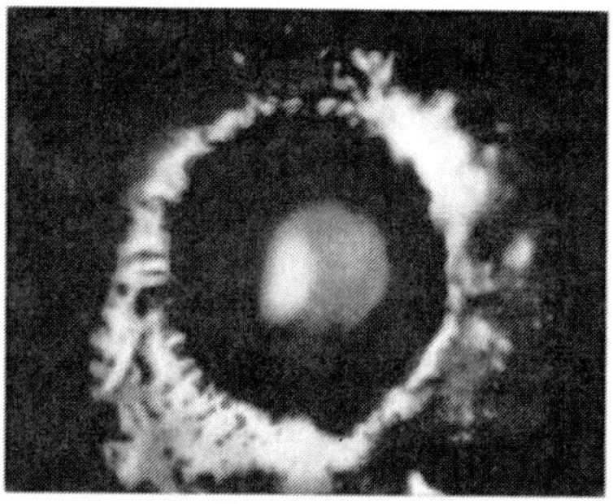

നീ ചെയ്യ് (ജാപാനീസ്)

എന്നോട് ക്ഷമിക്കൂ(ചൈനീസ്)

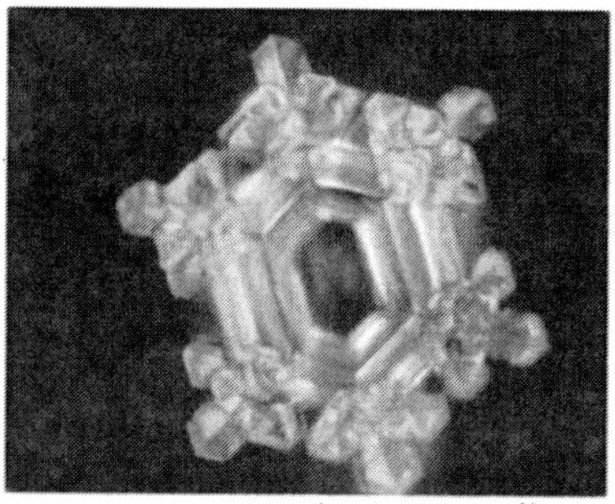

ജ്ഞാനം (ജാപാനീസ്)

ജ്ഞാനം (ഇംഗ്ലീഷ്)

നമുക്ക് ഒന്നായി ചെയ്യാം എന്ന വാക്കിലുണ്ടായ പരൽ മനോഹരമായിരുന്നു. നീ ചെയ്യ് എന്ന പരലാവട്ടെ ചെകുത്താൻ എന്ന വാക്കിലുണ്ടായ പരൽ പോലെയും. ഇതിൽനിന്നും മനസ്സിലായത് പ്രകൃതിക്ക് കല്പിക്കുന്നത് ഇഷ്ടമല്ല എന്നതായിരുന്നു. ക്ഷമാപണം എന്ന വെള്ളത്തിലുണ്ടായ പരലിലൂടെ മാപ്പ് പറയുമ്പോൾ ഉണ്ടാവുന്ന അവസ്ഥാവ്യത്യാസം വ്യക്തമായി. ജ്ഞാനം എന്ന് പല ഭാഷകളിലായി എഴുതിഒട്ടിച്ച വെള്ളത്തിലുണ്ടായ പരലുകൾ ഒരുപോലിരുന്നു. ജ്ഞാനം ഭൂമിയിലെല്ലായിടത്തും ഉള്ളതാണെന്നും മൗലികമാണെന്നും ഇതിലൂടെ വ്യക്തമായി.

നീ എത്ര സുന്ദരി

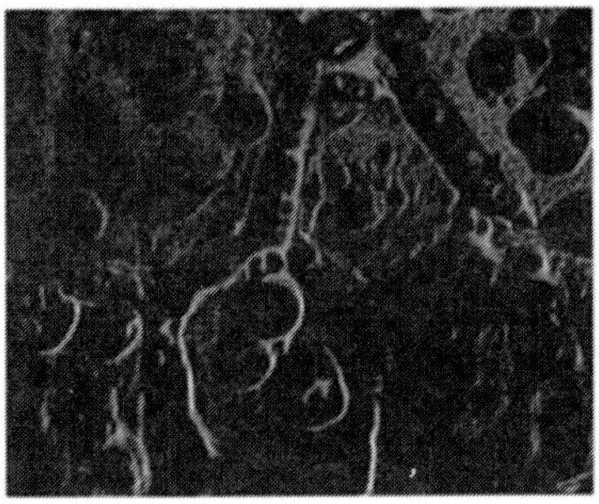

നീ പമ്പരവിഡ്ഢി

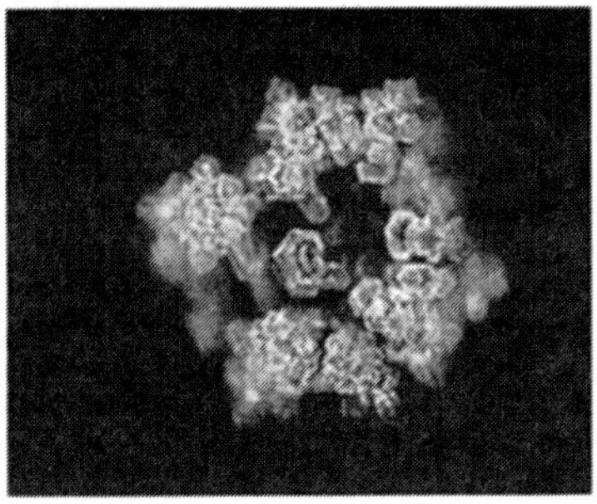

നീ സുന്ദരിയാണെന്ന് കുട്ടികൾ കുറച്ചുപ്രാവശ്യം പറഞ്ഞപ്പോൾ

നീ സുന്ദരിയാണെന്ന് കുട്ടികൾ കുറേ പ്രാവശ്യം പറഞ്ഞപ്പോൾ

വെള്ളത്തെ നിരാകരിച്ചപ്പോൾ

ജപ്പാനിലെ ഒരു എലിമെന്ററി വിദ്യാലയത്തിലെ കുട്ടികൾ വെള്ളത്തോട് നീ എത്ര സുന്ദരി എന്നു നിരവധി തവണ പറഞ്ഞപ്പോൾ ഉണ്ടായ പരലും കുട്ടികൾ നിരാകരിച്ച വെള്ളത്തിലെ പരലും തമ്മിലുള്ള വ്യത്യാസം.

നീ സുന്ദരിയാണ് എന്ന് പലതവണ പറഞ്ഞ വെള്ളത്തിലുണ്ടായ പരലുകൾ അതേ വാക്ക് കുറച്ചുതവണ മാത്രം പറഞ്ഞ വെള്ളത്തിലുണ്ടായ പരലുകളെക്കാൾ മനോഹരമായിരുന്നു.

പ്രപഞ്ചം (ജാപാനീസ്)

പ്രപഞ്ചം (ഇംഗ്ലീഷ്)

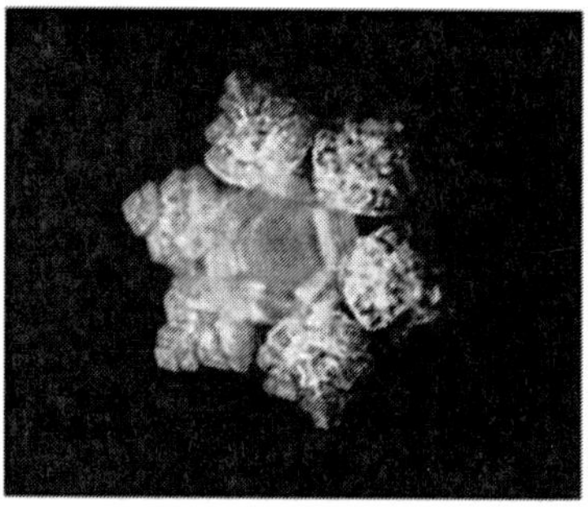

പ്രപഞ്ചം (ജർമ്മൻ)

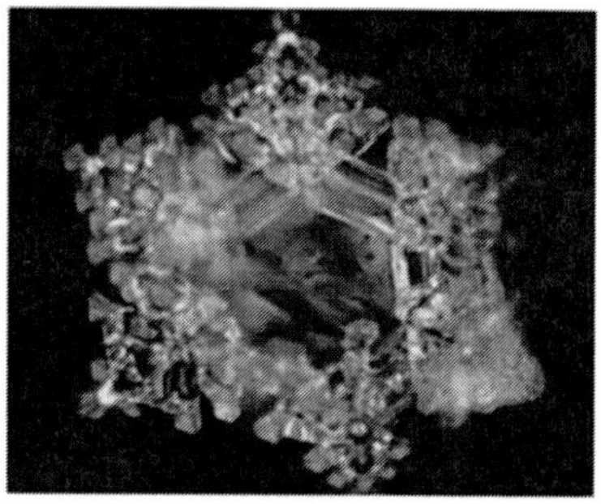

ഭൂമിയുടെ
ഒരു ചിത്രം കാണിച്ചപ്പോൾ

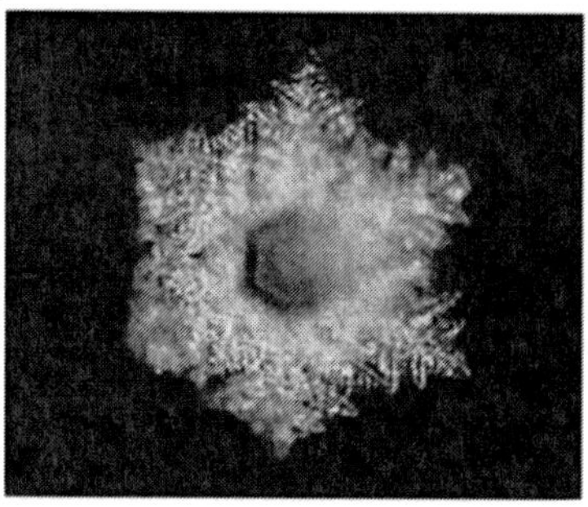

ബിഥോവന്റെ അഞ്ചാംസ്വരലയം

ബിഥോവന്റെ പാസ്ടോറൽ
എന്ന ആറാം സ്വരലയം

പ്രപഞ്ചം എന്ന് ജാപാനീസ്, ഇംഗ്ലീഷ്, ജർമൻ ഭാഷകളിലെഴുതിയ വെള്ളത്തിലുണ്ടായ പരലുകൾ വളരെ തന്മയത്വമായി സൃഷ്ടിക്കപ്പെട്ടു. പ്രപഞ്ചംനിയമം ഭാഷകൾക്കതീതമാണെന്ന് ഇത് തെളിയിച്ചു. ഭൂമിയുടെ ചിത്രം കാണിച്ച് സൃഷ്ടിക്കപ്പെട്ട പരലുകൾക്കു അല്പം രൂപവൈകല്യം ഉണ്ടായിരുന്നുവെങ്കിലും അതു മറ്റ് പരലുകളെപ്പോലെ മനോഹരവും പൂർണ്ണവുമായിരുന്നു. രണ്ട് സ്പീക്കറുകൾക്ക് നടുവിൽ വെച്ച വെള്ളക്കുപ്പികളിൽ ബിഥോവന്റെ സ്വരലയ സംഗീതം കേൾപ്പിച്ചാണ് പരലുകൾ നിർമ്മിച്ചത്. അവ സൂക്ഷ്മമായതും ഹീലിംഗ് സാധ്യതയുള്ളതുമായിരുന്നു.

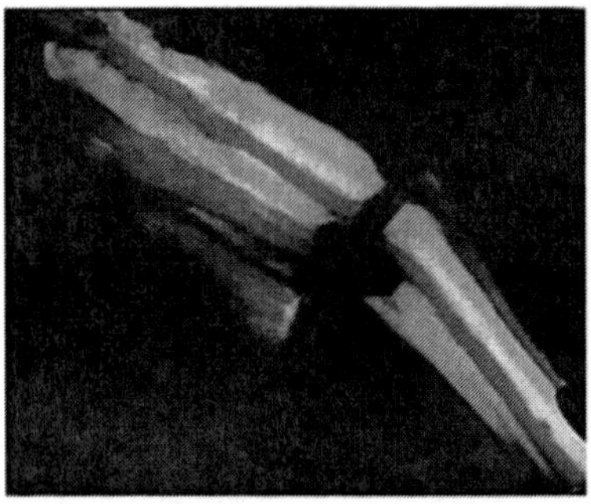

പ്രസിദ്ധമായ അരയന്നതടാകത്തിലെ വെള്ളത്തിലുണ്ടായ പരലുകളിൽ ഒന്ന് അരയന്നം പോലിരുന്നു. മറ്റൊന്ന് മഴവില്ല് പോലെയും. ഇത് അരയന്ന തടാകവുമായി ബന്ധപ്പെട്ട ദിവ്യകഥയുടെ കാരണമാവാം.

വയലിനും പിയാനോവും

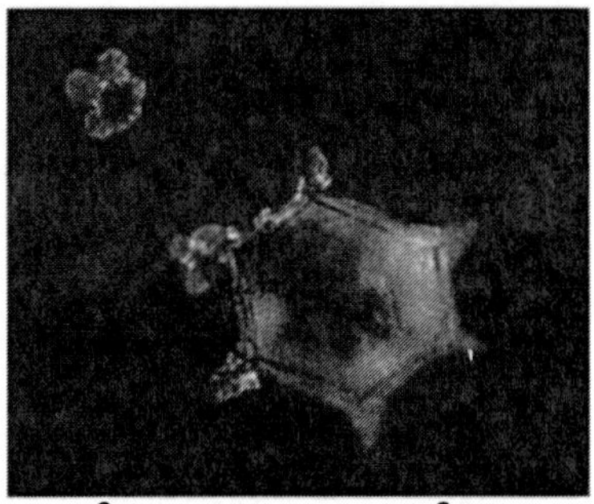

പിയാനോവും വയലിനും കേട്ടുണ്ടായ പരലുകൾ

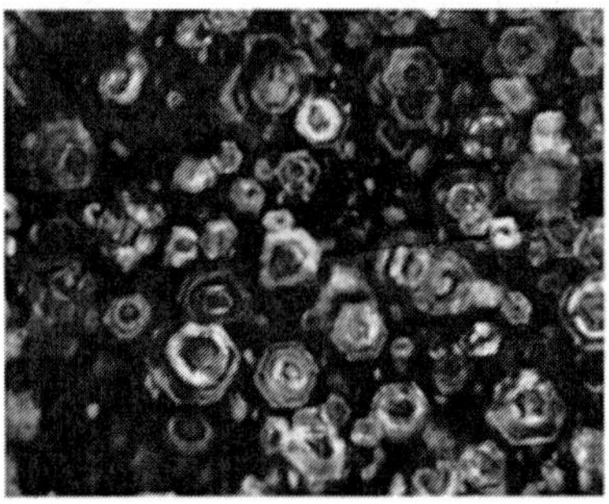

പിയാനോ

മൊസാർട്ടിന്റെ നാല്പതാം സ്വരലയം

മൊസാർട്ട് തുറന്ന മനസ്സുള്ള ഒരു ജീനയസ്സ് സംഗീതജ്ഞനായിരുന്നു എന്ന് വിളിച്ചറിയിക്കുന്നതായിരുന്നു അദ്ദേഹത്തിന്റെ നാല്പതാം സ്വരലയസംഗീതമുപയോഗിച്ച് നിർമ്മിക്കപ്പെട്ട പരലുകൾ. ബേക്കി(Bach) ന്റെ പ്രസിദ്ധമായ വയലിനും പിയാനോയും കേൾപ്പിച്ച് സൃഷ്ടിക്കപ്പെട്ട പരലുകൾ വളരെ മനോഹരമായിരുന്നു.

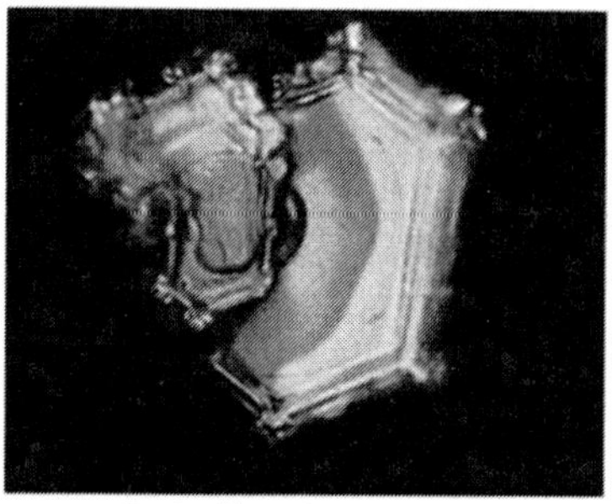

എൽവിസ് പ്രിസിലിയുടെ സംഗീതം അനുകരിക്കപ്പെട്ട പ്പോൾ വിഭജിക്കപ്പെട്ട പരൽ.

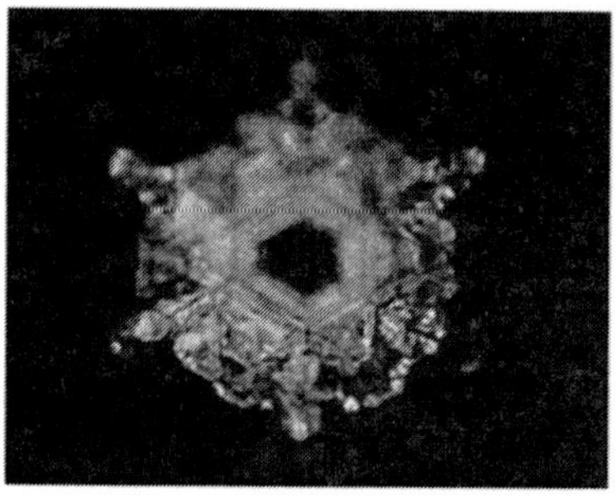

ബീറ്റിൽസ് സംഗീതം

ഞാൻ ഒരു ശരത്കാലം കണ്ടെത്തി എന്ന നഴ്സറി സംഗീതത്തിലെ പരൽ

ചുകന്ന ഡ്രാഗൺ പക്ഷി നഴ്സറി സംഗീതത്തിലെ പരൽ

ബീറ്റിംഗ്സിന്റെ സംഗീതം ലോകമെങ്ങും സുപ്രസിദ്ധമായതിനാലും പലർക്കും ഇഷ്ടമായ തിനാലും കാരണമാവാം അതിൽനിന്നുണ്ടായ പരലുകൾ മനോഹരമായത്.
ഇതേ സംഗീതം അനുകരണമായപ്പോൾ പരൽ രണ്ടായി വിഭജിക്കപ്പെട്ടു.
ജപ്പാനിലെ 'ഞാൻ ഒരു ചെറുശരത്കാലം കണ്ടെത്തി' എന്ന നഴസ്റി സംഗീതത്തിലു ണ്ടായ പരൽ. രണ്ടാമത്തേത് 'ചുകന്ന ഡ്രാഗൺപക്ഷി' എന്ന സംഗീതത്തിൽനിന്നും ഉണ്ടായത്.

ബഡ് പോവല്ലിന്റെ ക്ലിയോപാട്രയുടെ സ്വപ്നം എന്ന സംഗീതത്തിൽ നിന്നുണ്ടായ പരൽ

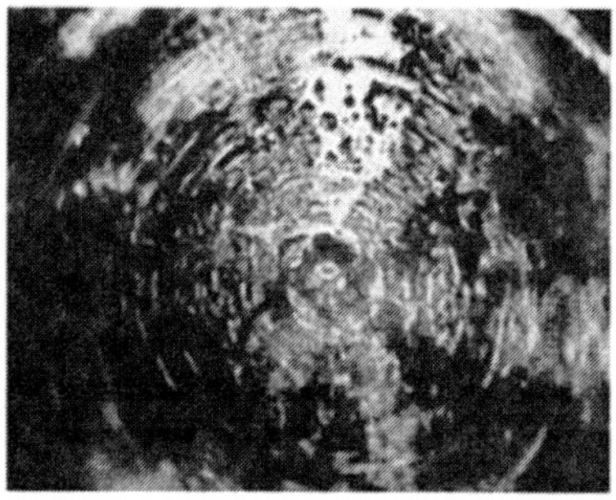

അരോചകസംഗീതത്തിലുണ്ടായ പരൽ

ശരത്കാലം

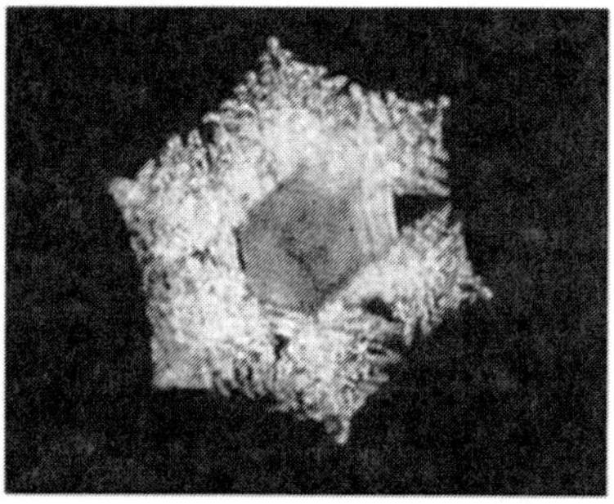

ഹേമന്തം

ഗ്രീഷ്മം

വസന്തം

അരോചകവും അധികശബ്ദമുള്ളതും കോപവും അശ്ലീലവും ഉണ്ടാക്കുന്നതുമായ സംഗീതങ്ങളിലുണ്ടായ പരലുകൾ നീ വിഡ്ഢി എന്ന പരലുപോലിരുന്നു.
ആധുനിക ജാസ് സംഗീതം മനോഹരമായ പരലുണ്ടാക്കി. ഭീകരമായിരുന്ന ഒരവസ്ഥയ്ക്ക് ഉണക്കമുണ്ടാക്കാൻ ആ സംഗീതം കാരണമായതാവാം കാരണം.
നാലു വ്യത്യസ്ത ഋതുക്കളിൽ ഉണ്ടായ പരലുകൾ.

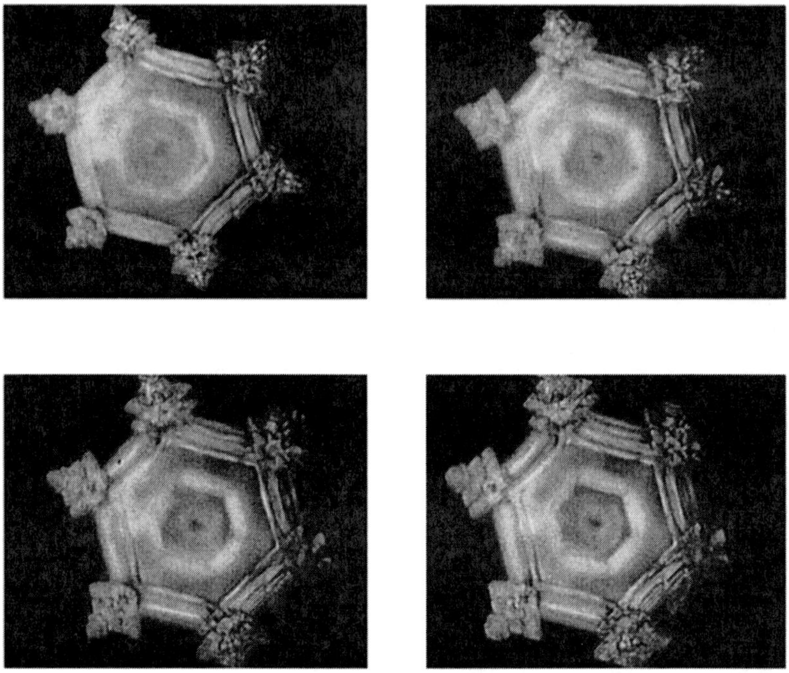

മലമുകളിലെ ഓറഞ്ചുമരത്തിലെ പരലുകൾ

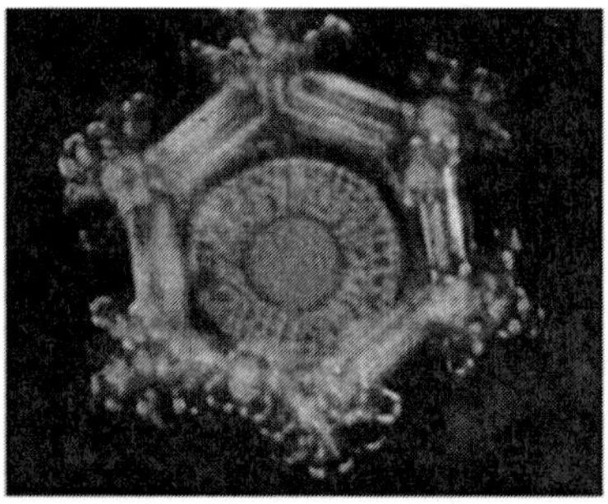

അമാതെറസു എന്ന ദേവതയുടെ പേരെഴുതിയ വെള്ളത്തിലെ പരൽ

ഡോൾഫിൻ ചിത്രം കാണിച്ചെടുത്ത പരൽ

മലയ്ക്കു മുകളിലുള്ള മധുരനാരങ്ങ മരത്തിൽ വെച്ചുണ്ടായ പരലുകൾ. മനുഷ്യനേക്കാൾ ധിഷണയുള്ള ജീവിയാണ് ഡോൾഫിൻ എന്നാണ് ശാസ്ത്രീയമായ കണ്ടെത്തൽ. അതിന് ഹീൽ ചെയ്യാനുള്ള ശക്തിയുണ്ടെന്ന് പറയപ്പെടുന്നു.

ഒരു ടെലിവിഷൻ പരിപാടി നടക്കുമ്പോൾ ഉണ്ടാക്കിയ പരൽച്ചിത്രം.

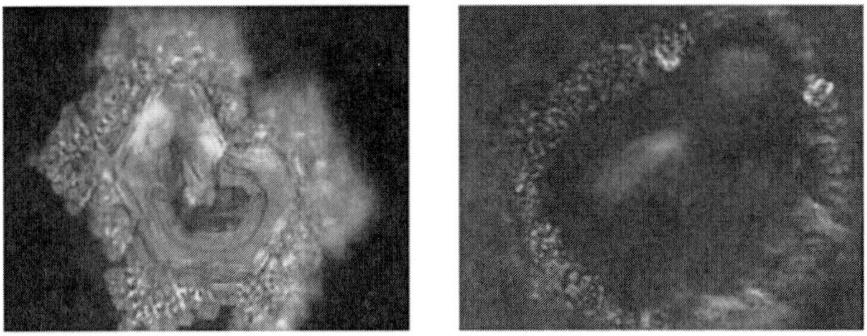

കമ്പ്യൂട്ടർ

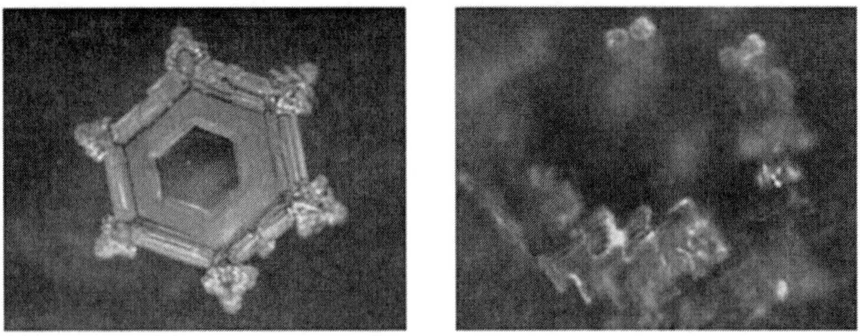

ടെലിവിഷൻ

X. ടെലിവിഷൻ, കമ്പ്യൂട്ടർ എന്നിവയുടെ സാന്നിദ്ധ്യത്തിൽ ഉണ്ടായ പരലുകൾ മനുഷ്യോപയോഗ ഉപകരണങ്ങൾക്കു ചെയ്യേണ്ടുന്ന നവീകരണം മനസ്സിലാക്കിത്തരുന്നു.
Z. എത്രമാത്രം അപകടകരമായാണ് ഇലക്ട്രോണിക് തരംഗങ്ങൾ വെള്ളത്തിലുണ്ടാകുന്നത് എന്ന് മനസ്സിലാക്കിത്തരുന്നു.

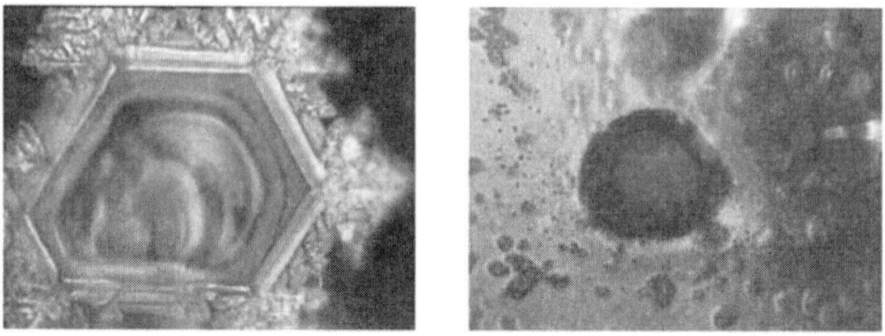

മൊബൈൽ ടെലഫോൺ

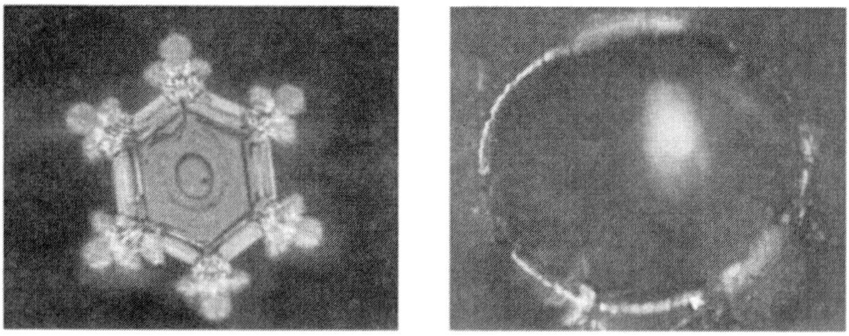

മൈക്രോവേവ് ഓവൺ എന്നിവയിൽ ഉണ്ടായ പരൽ

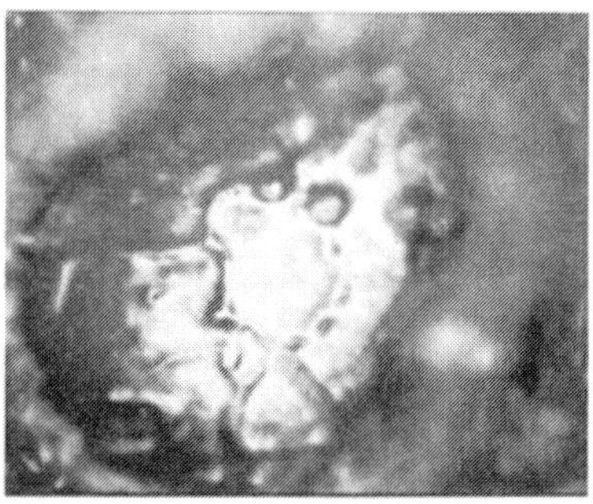

പ്രാർത്ഥനയ്ക്കു മുമ്പുള്ള വെള്ളത്തിലെ പരലുകൾ

ബുദ്ധപ്രാർത്ഥനയ്ക്കുശേഷം ഉണ്ടാക്കിയ വെള്ളത്തിലെ പരലുകൾ

y. മൈക്രോ വേവ് ഓവനിൽ ചൂടാക്കിയ ഡിസ്റ്റൽഡ് വെള്ളത്തിലുണ്ടാക്കിയ പരലുകൾ ചെകുത്താൻ എന്ന വാക്കിലുണ്ടായ പരലുകൾക്ക് സമാനമായിരുന്നു.

A1/A2. ചില വ്യത്യസ്ത പരലുകൾ: തടാകത്തിലെ വെള്ളത്തിൽ പ്രാർത്ഥനാമന്ത്രം ജപിച്ച ശേഷം ഉണ്ടാക്കിയ പരലുകൾ.